அன்புடையீர்!

24.06.2015 அன்று நான் பணி ஓய்வு பெறுகிறேன்.
என்னுடன் ஆலையிலும், தொழிற்சங்கத்திலும் பணியாற்றிய
அனைவருக்கும் நன்றி! எனது நன்றியின் அடையாளமாக
இச்சிறுநூலை அளிப்பதில் மகிழ்கிறேன்.
வாசிப்பு சுவாசிப்புக்கு இணையானது!

தோழமையுடன்
வெ. பத்மநாபன்

கோவில்கள், மசூதிகள் அழிப்பு
உண்மையும் புரட்டும்

கோவில்கள், மசூதிகள் அழிப்பு உண்மையும் புரட்டும்

-அ. அன்வர் உசேன்-
வெ. பத்மநாபன்

Kovilkal Masoothikal Azhippu Unmaiyum Purattum (in Tamil)
A. Anwar Hussain, V. Padmanaban
First Edition: June, 2015; Scond print: January, 2017

Published by

BHARATHI PUTHAKALAYAM
7, Elango Salai, Teynampet, Chennai - 600 018
Email: thamizhbooks@gmail.com
www.thamizhbooks.com

கோவில்கள், மசூதிகள் அழிப்பு: உண்மையும் புரட்டும்
அ. அன்பர் உசேன், வெ. பத்மநாபன்
முதல் பதிப்பு: ஜூன், 2015; இரண்டாம் அச்சு: ஜனவரி, 2017
வெளியீடு:

7, இளங்கோ சாலை, தேனாம்பேட்டை, சென்னை - 600 018.
தொலைபேசி : 044 24332424, 24356935 விற்பனை: 24332924

விற்பனை நிலையம்

திருவல்லிக்கேணி: 48, தேரடி தெரு | **பெரம்பூர்:** 52, கூக்ஸ் ரோடு

வடபழனி: பேருந்து நிலையம் எதிரில் அடையார் ஆனந்தபவன் மாடியில்

ஈரோடு: 39, ஸ்டேட் பாங்க் சாலை | **திண்டுக்கல்:** பேருந்து நிலையம்

நாகை: 1, ஆரியபத்திரபிள்ளை தெரு | **திருப்பூர்:** 447, அவினாசி சாலை

திருவாளூர்: 35, நேதாஜி சாலை | **சேலம்:** பாலம் 35, அத்வைத ஆஸ்ரமம் சாலை,

சேலம்: 15, வித்யாலயா சாலை | **கரூர்:** நாரத கானசபா அருகில் (Near TNGEA - Office)

அருப்புக்கோட்டை: 31, அகமுடையார் மகால் | **நெய்வேலி:** சி.ஐ.டி.யூ அலுவலகம்,

மதுரை: 37A, பெரியார் பேருந்து நிலையம் | **மதுரை:** சர்வோதயா மெயின்ரோடு,

குன்னூர்: N.K.N வணிகவளாகம் பெட்போர்ட் | **செங்கற்பட்டு:** டி., ஜி.எஸ்.டி சாலை

விழுப்புரம்: 26/1, பவானி தெரு | **திருநெல்வேலி:** 25A, ராஜேந்திரநகர், பாளையங்கோட்டை

விருதுநகர்: 131, கச்சேரி சாலை | **கும்பகோணம்:** ரயில் நிலையம் அருகில்

வேலூர்: S.P. Plaza 264, டேஸ்மிமி , சத்துவாச்சாரி | பேருந்து நிலையம் அருகில்,

தஞ்சாவூர்: காந்திஜி வணிக வளாகம் காந்திஜி சாலை | **விருதாசலம்:** 511A, ஆலடி ரோடு

திருச்சி: வெண்மணி இல்லம், கரூர் புறவழிச்சாலை | **பழனி:** பேருந்து நிலையம்

தேனி: 12,பி, மீனாட்சி அம்மாள் சந்து, இடமால் தெரு | **கோவை:** 77, மசக்காளிபாளையம் ரோடு,

பீளமேடு | **திமலை:** முத்தம்மாள் நகர், | **நாகர்கோவில்:** 699, கே.பி.ரோடு, ஆர்.வி.புரம், 94434 50111

சிதம்பரம்: 22A/18B தேரடி கடைத் தெரு, கீழவீதி அருகில்

நினைத்த நூல்கள்... நினைத்த நேரத்தில்...

thamizhbooks.com ✉ 9498002424

உள்ளே...

அணிந்துரை

நாட்டைப் பிடித்து ஆட்டும் பெரு வியாதிகளான, மதவெறி, நவீன தாராளமயம், ஜனநாயகச் சீர்குலைவு மூன்றும் மோடி ஆட்சியின் ஓராண்டு சாதனை என்றால் அது மிகையல்ல - உண்மை.

பாராளுமன்ற உறுப்பினர்கள், மந்திரிகள் பகிரங்கமாக மதவெறி பேச்சுக்களைப் பேசுவது அன்றாட நிகழ்ச்சியாகிவிட்டது. "இந்துக்கள் ஒவ்வொருவரும் நூறு பிள்ளைகள் பெற்றுக் கொள்ள வேண்டும், அப்பொழுது தான் இந்தியா இந்து நாடாக மலரும்" என்றும் -

"முஸ்லீம்கள் பாதுகாக்கப்பட வேண்டுமெனில் அவர்கள் பாகிஸ்தானுக்குச் செல்லட்டும் - இங்கு அவர்களுக்கு என்ன வேலை" என்று பேசுவதும் ஒரு சில உதாரணங்கள்.

இவர்கள் மந்திரிகளாகத் தொடர்கிறார்கள். பிஜேபியின் முன்னணித் தலைவர்களாகப் பாராளுமன்றத்தில் முழங்குகிறார்கள்.

இந்தச் சூழலில் நாட்டில் மதச்சார்பின்மை காக்கப்பட, ஒன்றுபட்ட இந்தியா - அமைதியாகத் தொடர "மதவெறிக்கு எதிரான போராட்டம்" என்பது ஜனநாயக சக்திகளின் முதல் அரசியல் கடமையாக மாறியுள்ளது. இந்து மதவெறிக்கு இஸ்லாமிய மதவெறி பதிலாக முடியாது, மாறாக "மதநம்பிக்கை" என்பது தனிப்பட்ட மனிதனின் உரிமை. அதே நேரத்தில் 'மதவெறி' என்பது நாட்டையே அழிக்கும் கொடுமை என்பது இன்று அழுத்தமாக உணரப்பட வேண்டிய உண்மையாகும்.

அயோத்தியில் மசூதி இடிப்பில் இருந்து பலப்பல மதவெறி நடவடிக்கைகளில் ஈடுபட்டுள்ள பாஜக - ஆர்.எஸ்.எஸ். கும்பலுக்கு எதிரான போராட்டத்தில் சாதாரண இந்துமக்களை வென்றெடுப்பது என்பது ஜனநாயக இயக்கத்தின் குறிப்பாக இடதுசாரிகளின் கடமையாகும்.

இந்து மதவெறி சிறுபான்மை மதத்தினருக்கு எதிராகச் செயல்படுகிறது. அது மட்டுமல்ல - இந்து மதத்தைச் சார்ந்த பெரும் பகுதி மக்களான மலைவாழ் மக்கள், தலித் மக்கள், மிகவும் பிற்படுத்தப்பட்ட மக்கள் கணிசமானவர்களுக்கு எதிராக "சாதிய ஆதிக்கத்திற்கும் வழிவகுத்திருக்கிறது என்பது தமிழகத்தில்

மட்டுமல்ல, இந்தியா முழுவதும் மக்களின் அனுபவம். குறிப்பாக கிராம மக்களின் அனுபவம்.

இத்தகு சூழலில் மதவெறியை அம்பலப்படுத்தி நூல்கள் வரவேண்டியது - அவசரம் - அவசியம். அத்தகைய சிறப்பான கடமையை நிறைவேற்றும் வகையில் தோழர்கள் அன்வர் மற்றும் பத்மநாபன் இணைந்து படைத்திருக்கும் இந்த நூலுக்கு எனது சிறப்பு வாழ்த்துக்கள்.

பிஜேபி - ஆர்.எஸ்.எஸ். கும்பல் தங்கள் மதவெறியைப் பரப்பப் பயன்படுத்தும் ஒரு முக்கியமான வாதம் - "இஸ்லாமிய மன்னர்கள் நமது கோவில்களை இடித்து மசூதி கட்டினார்கள் இன்று அதனை இடித்து கோவில் கட்டுவோம்" என்பது. அதுபோன்று அன்று இந்து மதத்திலிருந்து கிறித்துவ - இஸ்லாமிய மதத்திற்கு மக்கள் இழுக்கப்பட்டனர். அவர்களை "கர்வாப்ஸி" - சொந்த வீட்டுக்கு திரும்ப அழைப்போம் என்பது, - "திரும்ப அழைத்தால் எங்களை எந்த சாதியில் சேர்ப்பீர்கள்" என்று சிலர் கேள்வி கேட்டபோது "பதிலே இல்லை" என்பது உ.பி.யில் இருந்து வந்துள்ள புதிய செய்தி.

இது ஒருபுறமிருக்க கோவில்களை இஸ்லாமிய மன்னர்கள் இடித்தார்களா - என்ன உண்மை? என்ற கேள்விக்கு சரித்திரப் பூர்வமாக ஆதாரங்களை எடுத்துக் கூறி, "கடந்த காலத்தில் பல்வேறு மன்னர்களுக்குள் நடந்த போர்கள்", அவற்றில் "வென்றவர் தோல்வி அடைந்த நாட்டிற்கு தந்த தண்டனைகள்" என்ற அனைத்து விபரங்களையும் ஆதாரத்தோடு தந்திருக்கிறார்கள்.

இதனை இந்து - முஸ்லீம் பிரச்சனையாகத் திசை திருப்புவது மோசமான செயல் என்றும் தங்களது தேவைக்கேற்ப சரித்திரத்தை வளைக்கிற ஈனச்செயல் என்றும் அன்வரும் - பத்மநாபனும் அழகாக எடுத்து வைத்திருக்கிறார்கள்.

அனைவரும் படித்துப் பயனடையுங்கள் என வேண்டுகிறேன். படைப்பாளிகளுக்கு எனது அன்பான வாழ்த்துக்களை மீண்டும் வழங்குகிறேன்.

கே. வரதராஜன்
மத்தியக்குழு உறுப்பினர்
இந்திய கம்யூனிஸ்ட் கட்சி (மார்க்சிஸ்ட்)

முன்னுரை

மோடி தலைமையிலான பா.ஜ.க.ஆட்சி அமைந்த பிறகு மதவெறி சக்திகள் பெரும் ஊக்கம் கொண்டுள்ளன. சிறுபான்மை மக்களுக்கு எதிரான செயல்பாடுகள் அன்றாட நிகழ்வாக மாறியுள்ளது. சிறுபான்மை மக்கள் பாதுகாப்பற்ற தன்மையை உணர்கின்றனர். இந்த சூழலை பயன்படுத்தி சிறுபான்மை மதவாதமும் தன்னை வலுப்படுத்திக்கொள்ள எத்தனிக்கிறது.

மோடி ஆட்சி இரட்டை பயங்கரமாக உருவாகியுள்ளது. ஒரு புறம் மதவெறியும், இன்னொரு புறம் நவீன தாராளமயமும் ஒன்றிணைந்த இரட்டை அபாயமாக மோடி ஆட்சி அமைந்துள்ளது. எனவே மதச்சார்பின்மைக்கன போராட்டம் நவீன தாராளமயத்தை எதிர்க்கின்ற போராட்டத்துடன் ஒன்றிணைக்கும் தேவை உள்ளது.

சங்பரிவாரத்தின் இந்து மதவாதம் சாதாரண இந்து மக்களை தன்பக்கம் இழுத்திட பல தளங்களில் பல பிரச்சனைகளை கையில் எடுக்கிறது. அவற்றில் ஒன்று, மத்திய காலத்தில் கோவில்கள் அழிக்கப்பட்ட நிகழ்வுகளாகும். இந்துக் கோவில்களை இசுலாமிய மன்னர்கள் திட்டமிட்டு மத அடிப்படையில் அழித்தனர். இது இந்து மதத்திற்கு ஏற்பட்ட தீராத களங்கம். அதற்கு பதிலடி கொடுக்கப்பட வேண்டும். அழிக்கப்பட்ட கோவில்கள் மீட்கப்படவேண்டும். அதற்காக மசூதிகளை அழிப்பது தேவை எனில் அதனைச் செய்வது தவறல்ல. இது சங் பரிவாரத்தின் இடைவிடாத பிரச்சாரம் ஆகும். இதன் முதல் படியாகவே பாபர் மசூதி இடிக்கப்பட்டது. சங் பரிவாரத்தின் பிரச்சாரம் காரணமாக சாதாரண இந்து மக்கள் தமது பொது புத்தியில் இது உண்மை என்றே எண்ணுகின்றனர். சாதாரண மக்கள் இசுலாமியர்களை இழிவுபடுத்த வேண்டும் எனவோ அல்லது இசுலாமியர்களைத் துன்புறுத்த வேண்டும் எனவோ எண்ணுவதில்லை. எனினும், சங் பரிவாரம் கூறும் கோவில் அழிப்புகள் உண்மைதான் என எண்ணுகின்றனர்.

மத்திய காலத்தில் உண்மையில் என்னதான் நடந்தது?

ரிச்சர்ட் டேவிஸ் எனும் ஆராய்ச்சியாளர் "Indian Objects as Loot" எனும் ஆய்வுக் கட்டுரையும், ரிச்சர்ட் ஈட்டன் "Temple Desecration in pre-modern India" எனும் ஆய்வுக் கட்டுரையையும் உருவாக்கியுள்ளனர். உண்மையிலேயே இந்த இரு ஆராய்ச்சியாளர்களும் இந்திய மதச்சார்பின்மைக்கு மிகப்பெரிய சேவை செய்துள்ளனர் என்றுதான் கூற வேண்டும். இவர்களின் கட்டுரைகள் அடிப்படையில்தான் இந்த நூல் உருவாகியுள்ளது.

சோமநாதர் கோவில் இந்துக்களுக்கு எவ்வளவு முக்கியமானது என்பது அனைவரும் அறிந்த ஒன்று! சோமநாதர் கோவில் இசுலாமியர்களால் திரும்பத் திரும்ப தாக்கப்பட்டதாகவும் இசுலாமியர்களின் காட்டுமிராண்டித்தனத்திற்கு சோமநாதர் கோவில் ஒரு உதாரணம் எனவும் பிரச்சாரம் செய்யப்படுகிறது. பாபர் மசூதி இராம ஜென்மபூமி பிரச்சனையில் இரத யாத்திரை நடத்திய அத்வானி, சோமநாதர் கோவிலிருந்துதான் யாத்திரையை தொடங்கினார் என்பது குறிப்பிடத்தக்கது. எனினும் சோமநாதர் கோவில் பற்றிய முழு உண்மைகள் என்ன? கஜனி முகம்மது கோவிலைத் தாக்கினான்; செல்வத்தை கொள்ளை அடித்தான் என்பது உண்மை! ஆனால் அது மட்டுமே முழு உண்மையா? "சோமநாதாவிலிருந்து பல குரல்கள்" எனும் ஒரு அற்புதமான ஆய்வுக்கட்டுரையை வரலாற்று அறிஞர் ரொமிலாதாப்பர் அவர்கள் எழுதியுள்ளார். அந்த பெயரிலேயே ஒரு அத்தியாயம் இந்நூலில் உருவாக்கப்பட்டுள்ளது.

இந்தியாவின் மதப்பூசல்கள் வெறும் இந்து மதத்திற்கும் இசுலாத்திற்கும் இடையே மட்டும் நடக்கவில்லை. மத்திய காலத்தில் இந்திய அளவிலும் தமிழகத்திலும் பவுத்தம் சமணம் சைவம் வைணவம் ஆகியவற்றிற்கிடையே உக்கிரமமான சச்சரவுகள் நடைபெற்றன. இதில் பல கோவில்கள் அழிக்கப்பட்டன அல்லது மாற்றப்பட்டன. இது பற்றிய சுருக்கமும் முன்வைக்கப்பட்டுள்ளது. மயிலை சீனி வெங்கடசாமி, அருணன், தி.சு.நடராசன், காமாட்சி ஆகியோர் எழுதிய நூல்கள் இதற்குப் பயன் பட்டன. திருவாரூர் தங்கராசு அவர்கள் எழுதிய "திருஞானசம்பந்தர்" எனும் நாடக நூலிலிருந்தும் சில செய்திகள் கிடைத்தன.

வழிப்பாட்டுத்தலங்கள் தாக்கப்படுவதும் அழிக்கப்படுவதும் இங்கு மட்டும்தான் நடந்துள்ளதா? இக்கேள்விக்கு விடை என்ன? மங்கோலியர்கள் பாக்தாதை நிர்மூலமாக்கிய பொழுது மசூதிகள் அழிக்கப்பட்டன. சிலுவைப்போர்களின் பொழுது மசூதிகளும் யூதர்களின் வழிபாட்டுத்தலங்களும் ஒரு புறமும், மாதாகோவில்கள் மறுபுறமும் தாக்குதலுக்கு உள்ளாயின. கிறித்துவத்திற்குள் கத்தோலிக்க புராடெஸ்டென்டு பூசலில் மாதா கோவில்கள் தாக்கப்பட்டன. இசுலாத்தின் பிரிவுகளான சன்னி பிரிவு ஒரு புறமும் ஷியா, இஸ்மாயிலி மற்றும் சூஃபி பிரிவு மறுபுறமும் மோதின.

இப்பொழுதும் மோதல் தொடர்கிறது. இந்தியாவில் மட்டுமல்லாது உலகம் முழுமையுமே வழிபாட்டுத்தலங்கள் தாக்குதல்களின் இலக்காக இருந்துள்ளன. இன்னும் இருக்கின்றன.

இந்தியச் சூழலில் இந்து மதமும் இசுலாமும் முரண்பட்டுக்கொண்டன என்பது உண்மையே! அதே சமயம் இந்த இரு பெரும் மதங்களும் உறவாடவும் செய்தன. இந்த உறவாடலின் உன்னதமான பிரதிநிதிகள்தான் அக்பரும் கபீரும்! இந்து மதவாதம் மட்டுமல்ல; இசுலாமிய மதவாதமும் அக்பர் மற்றும் கபீரைப்பற்றி பேசுவது இல்லை. இரு பிரிவினருக்குமே அவர்கள் கசக்கின்றனர். இப்புத்தகத்தின் மையப் பொருள், வழிபாட்டுத்தலங்கள் அழிப்பு என்பதால் கபீரைப்பற்றியோ அல்லது அக்பரின் தீன் இலாஹி எனும் புதிய மதத்தைப்பற்றியோ எழுத இயலவில்லை.

இசுலாமிய மன்னர்கள் கோவில்களைப் பாதுகாத்த ஏராளமான வரலாற்றுச் சான்றுகள் உள்ளன. அவற்றில் சிலவற்றை முன்வைத்துள்ளோம். இசுலாத்தின் சன்னிப்பிரிவில் ஆழ்ந்த பற்று கொண்ட மதவெறியன் எனக் கருதப்படுகின்ற (அது ஓரளவுக்கு உண்மையும் கூட!) அவுரங்கசீப் கூட கோவில்களை பாதுகாத்திட ஆணைகளை பிறப்பித்துள்ளான் என்பது ஆச்சர்யமான ஒன்று அல்லவா? மறுபுறத்தில் மசூதிகளைக் கட்டுவதற்கு உதவிய இந்து மன்னர்களும் உண்டு. இதில் விஜயநகர மன்னர்கள் குறிப்பிடத்தக்கவர்கள்!

போரில் தோற்ற இந்து மன்னர்களின் கோவில்களை இசுலாமிய மன்னர்கள் அழித்தனர். மற்ற கோவில்களை அவர்கள் தொடுவது கூட இல்லை!ஏன்? இந்து மன்னர்கள் மசூதிகளை அழித்த உதாரணங்கள் உண்டு. ஒப்பிடுகையில் அவை மிகச்சில! இசுலாமிய மன்னர்களைத் தோற்கடிக்கும் பொழுது இந்து மன்னர்கள் பொதுவாக மசூதிகளை அழித்தது இல்லை!ஏன்? வழிபாட்டுத்தலம் என்ற முறையில் கோவிலுக்கும் மசூதிக்கும் என்ன வேறுபாடு? இவை மிக முக்கியமான கேள்விகளாகும். இக்கேள்விகளுக்கு வரலாறு முன்வைக்கின்ற பதில்தான் மதவாதத்தின் பிரச்சாரம் பொய் என்பதை தெளிவாக்குகிறது.

ஒவ்வொரு மதமும் தனக்கு ஏற்பட்ட அநீதிக்கு பழிவாங்கப் புறப்பட்டால் இன்னும் பல நூற்றாண்டுகளுக்கு மதமோதல்கள் தொடர்ந்து கொண்டே இருக்கும். முடிவே இருக்காது! அழிக்கப்பட்ட கோவில்கள் திருப்பித்தரவேண்டும் என சங்பரிவாரத்தின் கோரிக்கை நியாயம் எனில், சமணம் மற்றும் பவுத்தத்திடமிருந்து பறித்த கோவில்களை இந்து மதம் திருப்பித்தர இயலுமா? இது சாத்தியமல்ல! எனவேதான், 15.08.1947 அன்று வழிபாட்டுத்தலங்கள் என்ன நிலையில் இருந்தனவோ அதே நிலை தொடர வேண்டும்

என இந்திய அரசாங்கம் பாபர் மசூதி இடிப்பிற்குப் பின்பு சட்டம் இயற்றியது. பாபர் மசூதி இராமஜென்ம பூமிக்கு மட்டுமே விதிவிலக்கு; வழக்கு நடப்பதால்!

எனினும் சங்பரிவாரம் தனது செயல்களைக் கைவிடப்போவது இல்லை. மோடி ஆட்சி தனக்குக் கிடைத்த வரப்பிரசாதம் என சங்பரிவாரம் எண்ணுகிறது. சங்பரிவாரத்தின் செயல்பாடுகள் மறுபுறத்தில் சிறுபான்மை மதவெறிக்குக் காரணியாக செயல்படுகிறன. எனவே, மதச்சார்பின்மைக்கான இயக்கம் நடத்துவதும் அதில் அனைத்துப் பகுதி மக்களையும் திரட்டுவது ஒன்றே மதவாத சக்திகளைத் தனிமைப்படுத்தும். அதற்கு இச்சிறு நூல் சிறிதளவாவது உதவினால் அது மிகப்பெரிய வெற்றியாக அமையும்.

இந்நூலின் நகலைப் படித்து பல அரிய ஆலோசனைகளை வழங்கி எங்களுக்கு ஊக்கம் அளித்த தோழர். கி. வரதராசன் அவர்களுக்கு நன்றியை உரித்தாக்குகிறோம். இதே போன்று நகலைப் படித்து கருத்துகளை வழங்கிய தோழர்கள் ஜி.பாலச்சந்திரன், பி. சுப்பிரமணியன் ஆகியோருக்கும் எங்களது நன்றி! இந்நூலின் மைய்யக்கருத்தினை செழுமைப்படுத்தி எங்களை ஊக்குவித்த தோழர் எஸ். ஏ. பெருமாள் மற்றும் தோழர் அருணன் அவர்களுக்கும் எங்களது நன்றியை சமர்ப்பிக்கிறோம்.

–அ. அன்வர் உசேன்–
வெ. பத்மநாபன்

புத்தர் சிலை கொள்ளையும் மீட்பும்.

கி.பி. 835ல் சிங்களத் தீவான இலங்கை மீது பாண்டிய மன்னன் சிறீ மாரா சிறீ வல்லபா படையெடுத்தான். அப்பொழுது இலங்கையை முதல் சேனா மன்னன் ஆண்டு கொண்டிருந்தான். பாண்டிய மன்னனை போரில் சந்திக்க சிங்கள மன்னன் தன் பெரும்படையை திரட்டினான். போர் மூண்டது. பாண்டியப் படைக்கு முன்னால் சிங்கள மன்னனின் படை தாக்குப் பிடிக்க முடியவில்லை. சிங்கள மன்னன் தப்பித்து மலைப்பக்கம் ஓடி ஒளிந்து கொண்டான். அதற்கு பின்னர் பாண்டியர் படை அனுராதபுரத்தை துவம்சம் செய்தது. இது குறித்து தர்மாக்கிட்டி எனும் சிங்கள வரலாற்றாசிரியர் கீழ்கண்டவாறு பதிவு செய்கிறார்:

"அரசு கருவூலத்திலிருந்து அனைத்து விலைமதிப்பற்ற பொருட்களையும் பாண்டிய மன்னன் கைப்பற்றினான். நகரத்திலிருந்தும் புத்த மடங்களிலிருந்தும் எவற்றையெல்லாம் கைப்பற்ற முடியுமோ அனைத்தையும் கைப்பற்றினான். முழுமையும் தங்கத்தாலான ஆசானின் (புத்தரின்) சிலை, துறவியருக்கெல்லாம் பிதாவாக இருந்த சிலையின் கண்களாக இருந்த ஆபரணங்கள், பல புத்த மடங்களிலிருந்த தங்க விக்கிரகங்கள் அனைத்தையும் பாண்டிய மன்னன் கைப்பற்றினான். அற்புதமாக இருந்த நகரம் பேய்கள் ஆட்டம் போட்டு சீர்குலைத்தது போல துவம்சம் செய்யப்பட்டது."
  (குலவம்சா பக்: 50.3336)

புத்தர் சிலை சிங்கள ஆட்சியாளர்களுக்கு மிகவும் முக்கியத்துவம் வாய்ந்தது. இரண்டாவது மகிந்தா அரசனால் 8ம் நூற்றாண்டில் 60,000 செப்புக்காசுகள் செலவழித்து அதிக விலைகொடுத்து செய்யப்பட்ட சிலை! அபயகிரி எனும் புத்த மடத்தில் மிகப்பெரிய பீடம் உருவாக்கப்பட்டு, இந்த சிலை அதன்மீது நிறுவப்பட்டது. மகிந்தாவின் பேரன் எட்டாவது அகபோதி அரசனாக பதவி ஏற்றபொழுது இந்த புத்தர் சிலைக்கு அவன் மிகப்பெரிய விழா எடுத்துக் கவுரவித்தான். இந்த அற்புதமான சிலை அபயகிரி புத்த மடத்திற்கு மட்டுமல்ல; சிங்கள ஆட்சிக்கே மிக முக்கியமான ஆன்மீக அரசியல் சின்னமாக விளங்கியது. அத்தகைய புத்தர் சிலையைத்தான் பாண்டிய மன்னன் கொள்ளை அடித்தான்.

சிங்கள மன்னனைப் பாண்டியன் தோற்கடித்தாலும், அவனை நிரந்தர எதிரியாக்க விரும்பவில்லை. அதற்குக் காரணம் பாண்டிய மன்னனின் இரக்க குணம் அல்ல; மாறாக, பாண்டிய மன்னனைத் தோற்கடிக்க பல்லவர்கள் பல மன்னர்களை ஒன்றினைத்து பெரும் படையைத் திரட்டிக்கொண்டிருந்தனர். எனவே, சிங்களர் மூலமாக இரண்டாவது போர்முனை உருவாவதை பாண்டியன் தவிர்க்க விரும்பினான். எனவே மலை மீது ஒளிந்து கொண்டிருந்த சிங்கள மன்னனுடன் பேச்சு வார்த்தை நடத்தினான்.முடிவில் சிங்கள மன்னன் அனுராதபுரம் திரும்பி ஆட்சியில் அமர்ந்தான். பேச்சுவார்த்தையின் ஒரு பகுதியாக தன் யானைப்படை முழுவதையும் மேலும் தன்னிடமிருந்த நகைகள் அனைத்தையும் சிங்கள மன்னன் பாண்டியனுக்கு அளித்தான். ஆனால் போர் தோல்வி அவனின் அரசியல் அதிகாரத்தை பெருமளவு குறைத்திருந்தது. தங்க புத்தர் சிலை உட்பட தான் கைப்பற்றிய அதாவது கொள்ளையடித்த செல்வங்களுடன் தன் சொந்த நாட்டிற்கு பாண்டிய மன்னன் திரும்பினான்.

முதலாம் சேனா மன்னன் இறந்த பிறகு இரண்டாம் சேனா மன்னன் ஆட்சிப்பொறுப்பை ஏற்றான். இவன் முதலாம் சேனா மன்னனின் மைத்துனன். ஒரு முறை 'புத்தரின் பல்லுக்கு' விழா நடத்தப்பட்டது. புத்தரின் பல் இந்தியாவிலிருந்து சிங்களத் தீவிற்கு இரகசியமாகக் கடத்தப்பட்டதாக செய்தி உண்டு. புனிதமாகக் கருதப்படும் இந்தப் பல் எவரிடம் உள்ளதோ அவர்கள் ஆட்சி சிறப்பாக இருக்கும் என்பது நம்பிக்கை. எனவே கோவிலில் பாதுகாக்கப்படும் இந்தப் பல்லுக்கு ஆண்டுதோறும் விழா நடப்பது உண்டு. அத்தகைய ஒரு விழாவின் பொழுது இரண்டாம் சேனா மன்னன் அபயகிரி புத்த மடத்திற்கு வருகை புரிந்தான். அப்பொழுது காலியாக இருந்த பீடத்தைப் பார்த்து "ஆசானின் சிலை எங்கே? " என்று கேட்டான். பாண்டிய மன்னன் படை எடுத்தது முதல் சேனா மன்னன் தோற்றதும் வெற்றிபெற்ற பாண்டியன் செல்வங்களையும் புத்தரின் சிலையையும் அபகரித்துச் சென்றதையும் கூறினர். இதுகேட்டு இரண்டாம் சேனா மன்னன் மிகவும் அதிர்ச்சியும் கோபமும் கொண்டான். தானே தோற்கடிக்கப்பட்டது போல அவமானம் அடைந்தான். பாண்டிய நாடு மீது உடனடியாக படையெடுக்க வீரர்களைத் திரட்டுமாறு ஆணையிட்டான்.

இந்த சமயத்தில் இரண்டாவது வரகுணவர்மன் எனும் பாண்டிய இளவரசன் சிங்கள மன்னனிடம் உதவிகோரி வந்தான். தனக்குரிய அரச பதவி மறுக்கப்படுவதாகவும், எனவே சிங்கள மன்னன் மதுரைமீது படையெடுத்து சிறீ மாரா சிறீ வல்லபாவை வென்று

தனக்கு முடி சூட்டிட உதவுமாறும் கேட்டான். பழம் நழுவி பாலில் விழுந்ததாக எண்ணிய சிங்கள மன்னன் குட்டா எனும் தனது தளபதியிடம் மூன்று கட்டளைகளை இட்டான்.

1. பாண்டிய நாட்டின் மீது படையெடுத்து பாண்டியப் படையை தோற்கடித்துக் சிறீ மாரா சிறீ வல்லபாவை கொல்ல வேண்டும்.

2. பாண்டிய மன்னன் சிங்களத்தீவிலிருந்து எடுத்துச் சென்ற அனைத்து செல்வங்களையும், குறிப்பாக தங்க புத்தரின் சிலையை மீட்டு வரவேண்டும்.

3. வரகுணவர்மனுக்கு முடிசூட்ட வேண்டும்.

இந்தக் கட்டளைகளை ஏற்று குட்டா தலைமையிலான சிங்களப்படை பாண்டிய நாடு மீது தாக்குதல் தொடுத்தது. ஏற்கெனவே பல்லவர்களுக்கு எதிராக போரிட்டுக்கொண்டிருந்ததால் பாண்டியப் படைகள் சிங்களப் படை நுழைவதை தடுக்க இயலவில்லை. 'பேயாட்டம்' போட்ட சிங்களப்படை பாண்டிய நாட்டை துவம்சம் செய்தது. பாண்டிய நாட்டின் கருவூலத்தை சிங்கள தளபதி சல்லடை போட்டு தேடினான். அவனது முக்கிய இலக்கு தங்க புத்தர் சிலையை மீட்பது ஆகும். தன் தீவிலிருந்து கொள்ளை அடிக்கப்பட்ட செல்வங்களை குறிப்பாக புத்தர் சிலையை மீட்டு சிங்களத்தீவிற்கு குட்டா கொண்டு சென்றான். அதற்கு முன்பு போரில் காயமடைந்த பாண்டிய மன்னன் இறந்தான். எனவே வரகுணவர்மன் அரசனாக முடிசூட்டப்பட்டான்.சிங்களப்படை தனது மன்னன் இட்ட மூன்று கட்டளைகளையும் நிறைவேற்றுவதில் வெற்றி கண்டது. சிங்களத் தீவிற்குக் கொண்டு செல்லப்பட்ட புத்தர் சிலை மீண்டும் அதற்குரிய பீடத்தில் வைக்கப்பட்டது. இதனை ஒரு மிகப்பெரிய வெற்றியாக சிங்களர்கள் கொண்டாடினார்.

பாண்டிய மன்னன் புத்தர் சிலையைக் கொள்ளை அடித்ததும், அதனை சிங்களப் படை மீட்டதும் எதைச் சொல்கிறது?

புத்தர்சிலை வெறும் தங்கத்தாலான விலைமதிப்பற்ற சிலை எனபது அல்ல முக்கியம்; அது ஆன்மிக சின்னம் மட்டுமல்ல; அதற்கும் மேலாக அது சிங்களவர்களின் ஆட்சி அதிகாரத்தின் அரசியல் அடையாளச் சின்னம். எனவேதான் பாண்டிய மன்னன் தங்கத்தாலான புத்தர் சிலையைக் கைப்பற்றித் தன் தேசத்திற்குக் கொண்டு வந்தான். இதன்மூலம் தான் தோற்கடித்த சிங்களவர்களின் அரசியல் அதிகாரத்தை முடக்கினான் பாண்டிய மன்னன். இதே காரணத்திற்காகத்தான் சிங்கள மன்னன் புத்தர் சிலையை மீட்க போர் தொடுத்தான்.

சிங்களவர்கள் கடவுளாக நினைக்கும் புத்தர் சிலையைப் பறிக்கலாமா எனும் ஆன்மிக எண்ணம் பாண்டிய மன்னனுக்கு இல்லை; மாறாக, இங்கு புத்தர் சிலை என்பது சிங்களவர்களின் அரசியல் அடையாளம். எனவே அந்த அடையாளத்தை முடக்குவது அல்லது அழிப்பது என்பதுதான் பாண்டிய மன்னனின் நோக்கமாக இருந்தது. சிங்களவர்கள் அச்சிலையை மீட்டியது என்பது தமது அரசியல் உரிமையை மீண்டும் நிலைநாட்டினர் என்பது பொருளாகும்.

சாளுக்கிய மண்ணில் சோழ அரசனின் கொள்ளை

சோழ மன்னன் வீரராசேந்திரன் சாளுக்கிய மன்னன் சோமேஸ்வரனைத் தோற்கடித்த பொழுது சாளுக்கிய மண்ணிலேயே வெற்றியைக் கொண்டாடினான். சாளுக்கியர்களிடமிருந்து கைப்பற்றியதை ஆவணங்கள் கீழ்கண்டவாறு விளக்குகின்றன:

"அவனது எதிரியின் மனைவிகள், குடும்ப கருவூலம், அரச குடும்பம் பயன்படுத்தும் குடைகள், வலம்புரிச் சங்குகள், போர் முரசுகள், கிரீடம், வெண் சாமரங்கள், பன்றி அவதாரத்தில் இருக்கும் விஷ்ணு உருவம் பொறித்த சாளுக்கியர்களின் கொடி, முதலைகளின் வாயிற்படி, யானைப்படை, குதிரைப்படை முதலியவற்றைக் கைப்பற்றினான். விண்ணதிரும் புகழ்பாடும் முழக்கங்களிடையே சிவப்புக் கற்களால் செய்யப்பட்ட வெற்றிக் கிரீடத்தை அணிந்து கொண்டான்." (Hultzsch: 1899 b :67)

இங்கு உயிரற்ற பொருட்கள் மட்டுமல்ல; தோற்ற மன்னனின் மனைவிகள்கூட வென்ற மன்னனின் உடைமைகளாக மாறிவிடுகின்றனர்.

சோழ மன்னன், தோற்ற சாளுக்கிய மன்னனின் பொருட்களை அபகரித்தது மட்டுமல்ல; தன் தேசத்திற்கு கொண்டு சென்று போரின் வெற்றிப் பரிசுகளாக மக்களின் பார்வைக்கு முன்வைத்தான்.

தோற்ற மன்னனின் மனைவிகள் அல்லது செல்வங்களைக் கைப்பற்றுவது என்பதை இன்றைய கால கட்டத்தின் கண்ணாடி வழியாகப் பார்க்கும் பொழுது கொள்ளை என கூறலாம். ஆனால் அந்த கால கட்டத்தில் அது போரின் பிரிக்க முடியாத நடவடிக்கையாக இருந்தது. போரின்பொழுது உணர்ச்சிவசப்பட்டு அல்லது ஆவேசத்தில் நடக்கும் நிகழ்வுகள் அல்ல இது! மாறாக, போர் இலக்கணத்தின் பிரிக்க முடியாத அம்சமாக இருந்தது.

மனுவின் இலக்கணம்

இத்தகைய போர் இலக்கணத்தை மனுஸ்மிருதியே உருவாக்கியது எனும் உண்மை ஆச்சர்யமாக இருக்கலாம்! ஆனால் அது உண்மை!

மனுஸ்மிருதி கூறுகிறது:

"இரதங்கள், குதிரைகள், அரச குடைகள், சிம்மாசனங்கள், செல்வம், தானியங்கள், கால்நடைகள், பெண்கள்,அனைத்துவிதமான பொருட்கள் மற்றும் அடிப்படை உலோகங்கள் அனைத்தும் எவன் வெல்கிறானோ அவனுக்குச் சொந்தம்" (மனுஸ்மிருதி 7.96)

இங்கு பொருட்கள் அல்லது விலங்குகளுக்கு இணையாக பெண்கள் கூறப்படுகின்றனர் என்பது கவனிக்கத்தக்கது! மனு என்றுமே பெண்களுக்கு முக்கியத்துவம் தந்தது இல்லை! மனுவின் இன்றைய வாரிசுகளான சங்பரிவாரம் இதே வழியில் பெண்களை ஆண்களுக்கு நிகராக கூறுவது இல்லை! இதில் இந்து வகுப்புவாதிகள் மட்டுமல்ல; அல்கொய்தா, தலிபான் உட்பட இசுலாமிய வகுப்புவாதிகளும் விதிவிலக்கு அல்ல.

தோற்ற மன்னனின் பொருட்களை வென்றவன் கொள்ளை அடிப்பது தவறு என மனு கூறவில்லை. மாறாக அதனை எப்படி பகிர்ந்து கொள்வது என்பதுதான் மனுவின் கவலை! சிறந்தவை அனைத்தும் மன்னனுக்கு உரியவை! குறிப்பாக நிலம், தங்கம், வெள்ளி முதலியன முழுமையாக மன்னனுக்கு உரிமையானவை. மற்றவை எந்த போர் வீரன் கொள்ளை அடிக்கிறானோ அவனுக்கு சொந்தமானது! ஆனால் அதில் ஒரு பங்கை மன்னனுக்கு அளித்துவிட வேண்டும். இதுதான் மன்னனுக்கும் படைவீரர்களுக்கும் இடையே நிலவிய ஒரு எழுதப்படாத ஆனால் விதிவிலக்கில்லாத ஒப்பந்தம்! ஏன் வீரர்கள் ஒரு பங்கை மன்னனுக்கு அளிக்க வேண்டும்? அவ்வாறுதான் வேதங்களில் கூறப்பட்டுள்ளது. எனவே வேதங்களை பின்பற்றி போர் இலக்கணத்தை மனு உருவாக்கியது,

மனு உருவாக்கிய இத்தகைய இலக்கணத்தையே மன்னர்கள் ஆரம்பத்தில் பின்பற்றினர்.பின்னர் அதுவே வலுவான நடைமுறையாக மாறியது! அது மட்டுமல்ல; போரில் கொள்ளை அடிக்கப்பட்ட பொருட்களை எப்படிப் பகிர்ந்தளிக்க வேண்டும் எனவும் மனு கூறுகிறது:

"மன்னன் (தான் கொள்ளை அடித்த) பொருட்களை தன்னை ஆதரிப்பர்வகளிடையே "எவர் எதைப் பெறுவதற்குத் தகுதியானவரோ அதன் அடிப்படையில் பகிர்ந்தளிக்க வேண்டும்."

அப்படி தகுதியானவர்கள் யார்?

மனுஸ்மிருதிக்கு விளக்கம் எழுதிய ஒன்பதாம் நூற்றாண்டைச் சேர்ந்த மெதாதிதி விளக்குகிறார்:

"கடவுள்கள், அறிவாளர்கள், ஆசிரமங்கள், நீதிமான்கள் முதலியோருக்கு மன்னன் பகிர்ந்தளிக்கலாம். பொது விழாக்கள் நடத்துவதற்கும் மன்னன் இதனை பயன்படுத்தலாம்"

அதனால்தான் பொருட்களைக் கொள்ளை அடித்த மன்னன் அச் செல்வங்களை கோவில்களுக்கு அதாவது கடவுள்களுக்கு அளித்த சான்றுகள் ஏராளமாக உள்ளன. அவ்வாறு செய்வதன் மூலம் மன்னன் கடவுளிடம் தனக்குள்ள உறவை மேலும் வலுவாக்கிக்கொள்கிறான். இவ்வாறு செய்வது மன்னன் தனது வலு மற்றும் ஆட்சி அதிகாரத்தை கடவுளிடமிருந்து பெற்றான் எனும் செய்தியை மக்களுக்கு தெரிவிக்கிறது.

மேற்கண்ட நிகழ்வுகள் எதனைத் தெளிவாக்குகின்றன?

தோற்ற மன்னனின் செல்வங்களைக் கொள்ளை அடிப்பது என்பது ஒரு அசாதரண நிகழ்வு அல்ல; அது அன்றைய கால கட்டத்தில் அனைவராலும் ஏற்றுக்கொள்ளப்பட்ட போரின் ஒரு நியதியாக இருந்தது. இது தீயச்செயல் அல்லது பாவச்செயல் அல்லது அநீதி என்றெல்லாம் அன்று பார்க்கப்படவில்லை. மாறாக, தோற்ற மன்னனின் செல்வங்களைக் கொள்ளை அடிப்பது ஏற்றுக்கொள்ளப்பட்ட ஒரு நீதியாகவே இருந்தது என்டதே மனுவின் கோட்பாடுகள் விளக்குகின்றன.

எனவே அன்றைய இந்து மன்னர்கள் போரில் தோற்றவர்களின் செல்வங்களைக் கொள்ளை அடிப்பதைத் தவிர்ப்பதற்குப் பதிலாக அந்த கொள்ளையின் அல்லது கைப்பற்றலின் நிகழ்வின் மையமாகத் தம்மை நிலைநாட்டிக்கொண்டனர். அவ்வாறு கைப்பற்றுவதன் மூலம் தோற்றவர்களின் அதிகாரத்தை அழித்தது மட்டுமல்ல; அந்த அதிகாரங்களின் அதிபதி இனி தாங்கள்தான் என பறைசாற்றினர். மேலும் அத்தகைய அபகரித்த செல்வங்களைப் பகிர்ந்தளிக்கும் பொறுப்பும் அவர்களிடமே இருந்தது!

கடவுள் விக்கிரகங்கள் கொள்ளை

தோற்ற மன்னனின் ஆடம்பரப் பொருட்கள் மட்டுமல்ல; மன்னனின் மனைவிகள் மற்றும் இதர பெண்கள் மட்டுமல்ல; தோற்ற மன்னனின் கடவுள்கள் கூட வெற்றி பெற்ற மன்னனால் கொள்ளை அடிக்கப்பட்டன.

கஜ்ராஹூ இலட்சுமணன் கோவிலில் உள்ள விஷ்ணு வைகுந்தா சிலை அங்கு வந்த வரலாறு அந்தச் சிலையிலேயே பொறிக்கப்பட்டுள்ளது. திபெத்திய மன்னனிடமிருந்து கங்கரா அரசன் சாஹி நட்புறவு அடிப்படையில் அதனைப் பெற்றான். பிரதிஹாரா அரசன் ஹெர்மாபபல்லா சாஹியை தோற்கடித்து இந்த சிலையை தன் நாட்டிற்கு கொண்டு சென்றான். கண்டெல்லா அரசன் யொசவர்மன் பிரதிஹாரா அரசன் தேவாபாலாவை (ஹெர்மாபபல்லாவின் மகன்) தோற்கடித்து, இந்தச் சிலையை, கைப்பற்றிக் கொண்டு வந்து கஜ்ராஹூ இலட்சுமணன் கோவிலில் நிறுவி அதற்கு பூஜை செய்தான். (Keilhorn 1892:129) Richrd Davis p:34.

இப்படி, தோற்ற மன்னனின் கடவுளைக் கைப்பற்றி தன்னுடையதாக மாற்றுவதன் மூலம் இரு நோக்கங்கள் நிறைவேறுகின்றன. ஒன்று தோற்ற மன்னனை அந்தக் கடவுள் கைவிட்டுவிட்டார். இனி அந்தக் கடவுளுக்கும் மன்னனுக்கும் எந்த தொடர்பும் இல்லை. இரண்டு, வெற்றிபெற்ற தான் அந்தக் கடவுளின் வரம் பெற்றவன். எனவே மக்கள் தன்னை அந்தக் கடவுளின் பிரதிநிதியாக உணரவேண்டும்.

இதே போல கிருஷ்ணதேவராயர் உதயகிரியை ஆண்ட கஜபதி வம்சத்தை 18 மாத முற்றுகைக்குப் பிறகு தோற்கடித்த பொழுது உதயகிரி கோவிலில் இருந்த பாலகிருஷ்ணா சிலையைக் கைப்பற்றி தன் தேசத்திற்கு கொண்டுவந்து, தான் உருவாக்கிய கோவிலில் வைத்தான். கி.பி.1520-21ல் பீஜப்பூர் சுல்தான் ஆதில் ஷா மீது படையெடுத்துத் தோற்கடித்த பொழுது பந்தர்பூர் என்னுமிடத்தில் இருந்து வித்தாலா சிலையைக் கைப்பற்றிக் கொண்டுவந்தான். வித்தலா சிலையின் விசேடம் என்னவெனில் இது விஷ்ணுகிருஷ்ணா ஆகிய இரு கடவுள்களின் கலவை ஆகும். மகாராஷ்ட்ராவில் பந்தர்பூர் பகுதியில் விசேடமாக இந்த சிலையை மக்கள் வழிபட்டனர். ஆனால் இந்த சிலையைக் கைப்பற்றியது மட்டுமல்ல; இந்த சிலையை நிறுவுவதற்காக விதாலாசுவாமி கோவிலை கிருஷ்ணதேவராயர் கட்டினான்.

கிருஷ்ணதேவராயர் ஆட்சிக்காலத்தில் நடைபெற்ற மிகப்பெரிய அரச விழா நவராத்திரி ஆகும். இவ்விழாவின் முதன்மைக் கடவுள் துர்காதேவிதான். கிருஷ்ணதேவராயருக்குக் கப்பம் கட்டுகிற அனைத்து குறுநில மன்னர்களும் இவ்விழாவிற்கு ஒவ்வொரு ஆண்டும் வருகை தந்து கிருஷ்ணதேவராயரை அடிபணிய வேண்டும் என்பது ஆணை! அவ்வாறு இந்த மன்னர்கள் வரும் பொழுது சிலை வடிவில் உள்ள அவர்களது கடவுளர்களும் அவர்களுடன் வரவேண்டும். முதன்மைக் கடவுளான துர்காதேவி முன் இந்தக் கடவுள்கள் தாள் பணிய வேண்டும். (விஜயநகரா பர்டன் ஸ்டெய்ன்).

சோழ மன்னன் வாயிற்காப்போன் சிலை

கி.பி. 1045ல் சோழ மன்னன் இராஜாதிராஜன் சாளுக்கியர்கள் மீது படையெடுத்தான். புந்தூர் போரில் சோமேஸ்வரனின் தலைமையில் போரிட்ட சாளுக்கியர்களைத் தோற்கடித்தான். சோமேஸ்வரன் தப்பி ஓடிவிட, தன் படைகளுடன் சாளுக்கியத் தலைநகரான கல்யாணிக்குள் நுழைந்தான். அந்த நகரம் முழுதும் எரித்து அழிக்கப்பட்டது. இயற்கையிலேயே அங்கு இருந்த பல சாளுக்கிய கோவில்களும் அழிக்கப்பட்டன. இந்த குறிப்பிடத்தக்க வெற்றியைக் கொண்டாட எண்ணிய இராஜாதிராஜன் கல்யாணி நகரிலேயே வெற்றிக் கிரீடத்தை அணியும் நிகழ்ச்சியை நடத்தியது மட்டுமல்ல; விஜயராஜேந்திரன் எனவும் பட்டப்பெயர் பெற்றான். அதற்குப் பிறகு அவன் ஒரு வினோதமான காரியத்தைச் செய்தான். தோற்கடிக்கப்பட்ட சாளுக்கிய மன்னனின் கோவிலில் இருந்து அவன் வணங்கிய ஏதாவதொரு சிலையை கைப்பற்றியிருந்தால் அது போர் நடைமுறையின் ஒரு பகுதியே! உதாரணத்திற்கு சாளுக்கிய மன்னர்கள் பெரிதும் வணங்கிய பன்றி அவதாரத்தில் இருந்த விஷ்ணுவின் சிலையை சோழ மன்னன் கைப்பற்றியிருக்கலாம்! ஆனால் அப்படி அவன் செய்யவில்லை. மாறாக, சாளுக்கிய மன்னனின் கோவிலில் இருந்த கறுப்புக்கல்லாலான ஒரு 'வாயிற்காப்போன் சிலையை' 500 மைல்கள் கொண்டுவந்து தனது தலை நகரமான கங்கை கொண்ட சோழபுரத்தில் வைத்தான். அந்த சிலையில் தான் 'கல்யாணி நகரை எரித்த பொழுது இந்த சிலை கைப்பற்றினேன்' எனவும் பொறித்து வைத்தான். அவ்வாறு சோழ மன்னன் ஏன் செய்ய வேண்டும்?

வாயிற்காப்போன் என்பவன் யார்? வாயிற்காப்போன் என்பவன் மன்னனின் கடவுளால் அனுப்பப்பட்டவன். கோவிலின் வாசலில் இருக்கும் அவனின் முக்கிய பணி, கோவிலுக்குள்

பேய்களோ அல்லது பிசாசுகளோ நுழைவதை, தடுப்பது. மேலும் மன்னனின் எதிரிகள் நுழையாமல் பார்த்துக்கொள்வதும் வாயிற்காப்போனின் கடமை. சோமேஸ்வரனின் வாயிற்காப்போன் அவனை இராஜராஜனிடமிருந்து காக்க முடியவில்லை. ஏன் தன்னையே காத்துக்கொள்ள முடியவில்லை. சாளுக்கிய மன்னனின் வாயிற்காப்போன் சிலையை தனது கோவிலின் வாசல் முன் வைத்ததன்மூலம் இராஜாதிராஜன் ஒரு வலுவான அரசியல் செய்தியை பறைசாற்றினான். சாளுக்கிய மன்னன் தன்னுடைய ஆளுமையின் கீழ் உள்ள ஒரு சாதாரண மன்னன்தான்! அவனது பணி தன்னுடைய வாயிலைப் பாதுகாப்பது என சோழ மன்னன் நிலைநாட்டினான். இதைவிட சாளுக்கிய மன்னனுக்கு வேறு ஏதாவது அவமானம் இருக்க இயலுமா? இதைவிட வேறுவகையில் சாளுக்கிய மன்னன் சிறுமைப்படுத்தப்பட முடியுமா?

இது சாளுக்கிய மன்னனை மிகவும் அவமானப்படுத்தியிருக்க வேண்டும். எனவே நாடிழந்த சோமேஸ்வரன் மீண்டும் படையைத் திரட்டி கொப்பம் போரில் சோழர்களைச் சந்தித்தான். போரில் சாளுக்கிய படை தோற்றாலும், சோழ மன்னன் இராஜாதிராஜனை போர்களத்தில் கொல்வதில் சோமேஸ்வரன் வெற்றிபெற்றான். இதன் மூலம் ஆறுதலாக பழிதீர்த்துக்கொண்டான்.

கொள்ளை அடிக்கப்பட்ட பொருட்கள் விநியோகித்தல்:

'மன்னன் (தான் கொள்ளை அடித்த) பொருட்களை தன்னை ஆதரிப்பவகளிடையே 'எவர் எதை பெறுவதற்கு தகுதியானவரோ அதன் அடிப்படையில் பகிர்ந்தளிக்க வேண்டும்.' என்பதையும் 'கடவுள்கள், அறிவாளர்கள், ஆசிரமங்கள், நீதிமான்கள் முதலியோருக்கு மன்னன் பகிர்ந்தளிக்கலாம். பொது விழாக்கள் நடத்துவதற்கும் மன்னன் இதனை பயன்படுத்தலாம்" எனவும் மனுதர்மம் கூறியதை மேலே கண்டோம்.

பத்தாம் நூற்றாண்டில் மத்தியபிரதேச பகுதியில் தஹாலா பகுதியை ஆண்ட கலாசுரி வம்ச மன்னன் இரண்டாம் இலட்சுமணராஜன் போருக்குச் சென்ற பொழுது, வழியில் சோமநாதர் கோவிலுக்குச் சென்றான். அங்கு சிவனை வணங்கிய மன்னன் பொன்னாலும் மற்றும் விலை உயர்ந்த ஆபரணங்களால் செய்யப்பட்ட காளியா சிலையை அக்கோவிலுக்கு சமர்ப்பணம் செய்தான். இந்த காளியா சிலை ஒரிசா மன்னனிடமிருந்து போரில் கொள்ளை அடிக்கப்பட்டதாகும். (வாசுதேவ் மிராஷி 1995: 21314)

ஒரு மன்னனிடமிருந்து கொள்ளை அடிக்கப்பட்ட பொருட்களை வேறு மன்னன் தன் கடவுளுக்குப் பரிசாக சமர்ப்பணம் செய்வது வழக்கமான ஒன்றாக இருந்தது.

கடவுளுக்கு மட்டுமல்ல; தான் கொள்ளை அடித்த பொருட்களை தன் ஆளுமையின் கீழ் உள்ள வேறு ஒருவருக்கு அளிப்பதும் நடந்துள்ளது.

மதுரையை திருமலை நாயக்கர் ஆண்டு கொண்டிருந்த பொழுது, மைசூர் அரசர்களுக்கும் நாயக்கர்களுக்கும் பல போர்கள் நடந்தன. 1656ல் மைசூர் மன்னன் காந்திரவா நரசா மதுரை மீது போர் தொடுத்தான். திருமலை நாயக்கர் முதுமை காரணமாக நோய்வாய்ப்பட்டிருந்தார். இதனைப் பயன்படுத்திக்கொண்ட மைசூர் மன்னன் மதுரைவரை வந்துவிட்டான். வேறுவழியின்றி திருமலை நாயக்கர் இராமநாதபுரம் மன்னர் இரகுநாத தேவருக்கு கடிதம் அனுப்பினார். இரகுநாத தேவர் திருமலை நாயக்கருக்கு கப்பம் கட்டும் மன்னர் ஆவார். திருமலையின் கடிதம் வந்த அன்றே 60,000 வீரர்கள் கொண்ட படையைத் திரட்டிக்கொண்டு போர்க்களத்திற்கு சென்ற இரகுநாத தேவர் மைசூர் படைகளை ஓட ஓட விரட்டி அடித்தார். இதனைக் கண்ட திருமலை மன்னன் ஆனந்தப்பட்டு இரகுநாத தேவருக்கு "திருமலை சேதுபதி" என பட்டம் சூட்டினான். இனி இரகுநாத தேவர் கப்பம் கட்ட வேண்டியதில்லை எனவும் அறிவித்தான். மைசூர் படைகளிடமிருந்து கைப்பற்றிய மரகதபீடத்தையும் இரகுநாத தேவருக்கு பரிசளித்தான். கொள்ளை அடிக்கப்பட்ட விலை உயர்ந்த மரகத பீடத்தை பரிசாக அளித்ததன் மூலம், திருமலை நாயக்கர் தனது அரசியல் அதிகாரத்தையே இரகுநாத தேவருடன் பகிர்ந்து கொண்டான். கப்பம் கட்டுவதிலிருந்து விலக்கு அளித்தான். (Taylor:1853:2.26) Davis p:44.

தாக்குதலைத் தடுக்க
தமது கடவுள்களை சமர்ப்பித்தல்

9ம் நூற்றாண்டின் ஆரம்பத்தில் இராஷ்ட்ரகூடா அரசன் மூன்றாவது கோவிந்தா தென்னிந்தியாமீது படையெடுத்தான். இப்பகுதியில் வலுவான செல்வாக்கோடு ஆண்டுகொண்டிருந்த பல்லவர்களைத் தோற்கடித்தான். பல்லவர்களின் தோல்வி அனைத்து தென்னிந்திய மன்னர்களுக்கும் கலக்கத்தையும் கவலையையும் ஏற்படுத்தியது.இதனால் மிகவும் பயந்து போன சிங்கள அரசன் எட்டாவது அகபோதி இரண்டு முக்கிய தனது கடவுள் சிலைகளை கோவிந்தாவிற்கு சமர்ப்பணம் செய்தான். தன்னுடைய முதன்மை அமைச்சர் மூலம் இந்தக் கடவுள் சிலைகளை இராஷ்ட்ரகூடா மன்னனுக்கு அனுப்பிவைத்தான்.

இதன் மூலம் தனது கடவுள்களே சமர்ப்பணம் செய்யப்பட்ட பிறகு தானும் கோவிந்தாவின் ஆளுமைக்கு உட்பட்டவன்தான் எனும் செய்தியை அவன் முன்வைத்தான். இதனை ஏற்றுக்கொண்ட கோவிந்தா சிங்களத்தீவு மீது படையெடுப்பதை கைவிட்டான்.இந்த சிலைகளை இராஷ்ட்ரகூடா அரசன் என்ன செய்தான்?

இது குறித்த ஆவணம் கூறுகிறது:

'(தன் தலைநகரில்) இருந்த சிவன் கோவிலில் தனது இரண்டு புகழ் தூண்களாக மன்னன் இவற்றை நிறுவினான்.' (Bhandarkar 1925-26:246) R.Davis p: 46.

ஒரு மன்னன் இன்னொரு தேசத்தின் மீது படையெடுத்து அங்குள்ள பொருட்களை அல்லது கடவுள் சிலைகளைக் கைப்பற்றுவது ஒரு வகை போர்நியதி. அதேசமயம் தான் போரில் வெல்ல முடியாது என எண்ணும் அரசன் தானாகவே முன்வந்து தான் சரண் அடைகிறேன் என்பது இன்னொரு வகை! சிங்கள அரசன் செய்தது இரண்டாவது வகை! முதல் வகையில், வெற்றி பெற்ற மன்னன் கடவுள் சிலைகளைக் கைப்பற்றுகிறான். இரண்டாவது வகையில் தோற்கும் ஆபத்து உள்ள மன்னன் தனது சரணாகதியை தனது கடவுள் சிலைகளை சமர்ப்பணம் செய்வதன் மூலம் தெரியப்படுத்துகிறான். இரண்டு வகைகளிலும் கடவுள் சிலைகள் தீர்மானகரமான பாத்திரத்தை வகிக்கின்றன.

கங்கை/யமுனை– பெண் கடவுள்கள்

சாளுக்கியர்கள், இராஸ்ட்ரகூடர்கள், சோழர்கள் ஆகிய மூன்று வம்சங்களும் கி.பி. 600 முதல் 1100 வரை வெவ்வேறு காலகட்டத்தில் தென்னிந்திய தீபகற்பத்தை கிட்டத்தட்ட முழுமையாக தமது ஆளுமையின் கீழ் வைத்திருந்தனர். இவர்கள் வட இந்தியாவின் மீது படையெடுத்து பல்வேறு மன்னர்களைத் தோற்கடித்தனர். அப்பொழுது அவர்கள் கைப்பற்றிய அல்லது கொள்ளை அடித்த பொருட்களில் வித்தியாசமானது கங்கை மற்றும் யமுனை ஆகும். கங்கை மற்றும் யமுனையைக் கைப்பற்றியது என்பதன் பொருள் என்ன?

அக்காலகட்டத்தில் வட இந்தியாவை ஆண்ட அனைத்து அரசாட்சிகளும் கங்கை மற்றும் யமுனை ஆகிய ஆறுகளை மையமாக வைத்தே அமைக்கப்பட்டன. மகதர்கள், மவுரியர்கள்,குப்தர்கள் ஆகியோர் பாடலிபுத்திரத்திலிருந்தும், குசானர்கள் மதுராவிலிருந்தும் ஆண்டனர். இவர்களுக்கு கங்கை மற்றும் யமுனை வெறும் ஆறுகள் அல்ல; மாறாக கடவுள்கள். இந்த பெண் கடவுள்களின் சிலைகளை கோவில்களில் முக்கியமான இடங்களில் நிறுவினர். இந்த நடைமுறை பின்னர் அனைத்து மன்னர்களாலும் பின்பற்றப்பட்டது.

சாளுக்கியர்கள், இராஸ்ட்ரகூடார்க்கள் ஆகியோர் தமது அரசை பேரரசாக விரிவாக்க முயற்சித்த பொழுது, வட இந்தியா மீது படையெடுத்தனர். அப்பொழுது தோற்ற மன்னர்களின் பொருட்களை கைப்பற்றுதல் அல்லது கொள்ளை அடித்த பொழுது கங்கை, யமுனை சிலைகள் குறிப்பாக முக்கிய இடத்தை வகித்தன. சாளுக்கியர்களும் சரி இராஸ்ட்ரகூடர்க்களும் சரி தோற்ற மன்னர்களை நீக்கிவிட்டு தமது மன்னர்களை ஆட்சியில் அமர வைக்கவில்லை. மாறாக, தோற்ற மன்னர்களிடமே ஆட்சிப் பொறுப்பை அளித்தனர். ஆனால் அந்த ஆட்சியும் மன்னனும் தமக்கு அடிபணிவதையும் கப்பம் கட்டுவதையும் உத்தரவாதப்படுத்தினர். தாங்கள் வென்றதற்கு அடையாளமாக அவர்கள் கைப்பற்றிய பொருட்கள் அல்லது சிலைகளில் கங்கையும் யமுனையும் முக்கிய பங்கை வகித்தன. அந்த பெண்கடவுள் சிலைகளைத் தமது கோவில்களில் முக்கியமான இடத்தில் நிறுவினர்.

சோழ மன்னன் முதலாவது இராசேந்திரன் ஒரு படி மேலே போய், கங்கை ஆற்றின் நீரை சோழ நாட்டிற்கே கொண்டு வந்தான். பொற்குடங்களில் கங்கை நீரை எடுத்து, தன்னால் தோற்ற மன்னர்களின் தலையில் சுமக்க வைத்து தனது பகுதிக்கு கொண்டு வந்தான். இதனைக் குறிக்கும் விதத்தில் கங்கைகொண்டான்சோழபுரம் எனும் தலைநகரை நிறுவினான்.

கங்கை மற்றும் யமுனை வெறும் ஆறுகள் என்று பார்க்கப்படவில்லை. மாறாக அவர்கள் பெண் கடவுள்கள். தோற்ற மன்னர்களிடமிருந்து, வென்றவர்கள் வெற்றிக்கு சாட்சியாக அவற்றைக் கைப்பற்றி தமது தேசங்களுக்குக் கொண்டுவந்தனர். அதன் மூலம் தோற்ற மன்னர்களே ஆட்சியில் இருந்தாலும், அவர்கள் தமது பேரரசின் கீழ் உள்ள ஒரு அங்கம்தான் என்பதை கங்கை மற்றும் யமுனை சிலைகள் பறைசாற்றின.

சோழ மன்னன் தனது படையெடுப்பின் பொழுது தோற்கடிக்கப்பட்ட மன்னனின் கோவில்களிலிருந்து பல கடவுள்களின் விக்கிரகங்களை கைப்பற்றினான். சாளுக்கியர்களிடமிருந்து சூரிய கடவுளின் பீடம், துர்காவின் விக்கிரகங்கள், விநாயகர் சிலை, நந்தி ஆகியவற்றையும் கலிங்க மன்னர்களிடமிருந்து மூன்று பைரவ மற்றும் பைரவி சிலைகளையும் எட்டு கைகளை உடைய காளி சிலை; மேற்கு வங்கத்தின் பாலா அரசர்களிடமிருந்து நந்தியின் மீது நடனமாடும் சிவாவின் சிலை ஆகியவற்றைக் கைப்பற்றி தனது கங்கைகொண்ட சோழபுரம் கோவிலில் மக்களின் பார்வைக்கு வைத்தான். சாளுக்கியர்களிடமிருந்து கைப்பற்றிய எட்டு கைகளை உடைய காளிசிலையை சோழ அரசன் வாயிற்காப்போனாக

வைத்தான். (Balasubrahmanyam 1975;Sivaramamurti 1964a; Nagasamy 1970) Richard Davis: 55.

இவ்வாறாக மத்திய காலத்தில் போரின் பொழுது பொருட்களைக் கொள்ளை அடிப்பதும், விக்கிரகங்களைக் கைப்பற்றுவதும் போரின் பிரிக்க முடியாத நியதியாக அரங்கேறியது. தோற்ற மன்னனின் பொருட்கள், படைகள், பெண்கள் மற்றும் முக்கிய அரசகுல அடையாளங்கள் அனைத்தும் வென்ற மன்னனுக்குச் சொந்தமாயின. விக்கிரகங்களும் கூட கைப்பற்றப்பட்டன. சில சமயங்களில் விக்கிரகங்கள் அழிக்கவும்பட்டன. கைப்பற்றப்பட்ட விக்கிரகங்கள் வென்ற மன்னனின் தேசத்திற்குக் கொண்டுவரப்பட்டன. சில சமயங்களில் சோழமன்னன் செய்தது போல அவை போரின் வெற்றிப்பொருட்களாக மக்களின் பார்வைக்கு முன்வைக்கப்பட்டன. . கிருஷ்ணதேவராயர் செய்ததுபோல சில சமயங்களில் இந்த விக்கிரகங்கள் வைப்பதற்கு தனியாக கோவில்கள் கட்டப்படன. எனினும், இந்த கடவுள்கள் புதிய சூழ்நிலையில் முற்றிலும் வேறு பொருளில் பார்க்கப்படுகின்றன. முன்னர் தோற்ற மன்னனின் கடவுள்களாக இவை இருந்தன. அந்த மன்னர்களின் ஆன்மிகச் சின்னமாக மட்டுமல்ல; அரசியல் அதிகாரச் சின்னமாகவும் இவை இருந்தன. தற்பொழுது வெற்றி பெற்ற மன்னனின் கடவுள்களாக இவை புதிய வடிவம் பெற்றன. முன்னர் பழைய மன்னனுக்கு ஆள்கின்ற வலுவும் அங்கீகாரமும் தந்த இக்கடவுள்கள், தற்பொழுது வென்ற மன்னனுக்கு ஆள்கின்ற வலுவும் அங்கீகாரமும் அளிக்கின்றன.

சில சமயங்களில் தோற்ற மன்னர்கள் கப்பம் கட்டுபவர்களாக இருந்தால், அவர்களின் கடவுள்களும் கூட வெற்றி பெற்ற மன்னனின் கடவுளுக்கு அடி பணியும் தேவையும் ஏற்படுகிறது. விசயநகர மன்னர்கள் நவராத்திரி கொண்டாடும் பொழுது ஏனைய மன்னர்கள் தமது கடவுள்களுடன் விசயநகர கடவுளான துர்காதேவிக்கு அடிபணிவது இதன் வெளிப்பாடாகும்.

இவ்வாறாக, கோவில் பொருட்களும் விக்கிரகங்களும் கொள்ளை அடிப்பது அல்லது கைப்பற்றுவது என்பது, இசுலாமிய மன்னர்கள் வருவதற்கு முன்பே பரவலாக நடந்துள்ளது. பல்வேறு வம்சங்களைச் சார்ந்த மனனர்கள் தமக்குள் போரிட்டுக்கொள்ளும் பொழுது தோற்ற மன்னனின் பொருட்கள், அடையாளக் குறியீடுகள், பெண்கள், படைகள் மற்றும் இறுதியாக விக்கிரகங்களையும் கொள்ளை அடித்தனர். அது அன்றைய ஏற்றுக்கொள்ளப்பட்ட போர் நியதியாக இருந்தது. இதே நியதியைத்தான் பின்னர் இசுலாமிய மன்னர்களும் தொடர்ந்தனர்.

கோவில் மசூதி – அழிப்பு பின்னணி என்ன?

இந்தியாவின் மத்திய காலத்தில் பல ஆயிரக்கணக்கான கோவில்களை இசுலாமிய மன்னர்கள் அழித்ததாக சங்பரிவாரம் திரும்பத் திரும்பக் கூறுகிறது. ஒரு சிலர் 60,000 கோவில்கள் அழிக்கப்பட்டதாக கூறுகின்றனர். உண்மையிலேயே இவ்வளவு கோவில்கள் அழிக்கப்பட்டனவா? எந்தக் கோவில்கள் அழிக்கப்பட்டன? யாரால் அழிக்கப்பட்டன? எதற்காக அழிக்கப்பட்டன? அக்காலகட்டத்தில் மதத்திற்கும் அரசியலுக்கும் இருந்த உறவு எத்தகையது? இவையெல்லம் முன்வரும் கேள்விகளாகும்.

சங்பரிவாரம் முன்வைக்கும் குற்றச்சாட்டுகளுக்கு ஆதாரங்கள் என்ன?

பெர்சிய ஆவணங்களில் மிகைப்படுத்துதலும் ரிச்சர்ட் எலியட்டின் உள்நோக்கமும்!

ஆங்கிலத்தில் மொழிபெயர்க்கப்பட்ட பெர்சிய ஆவணங்களையே சங்பரிவாரம் பெரும்பாலும் தனது ஆதாரங்களாக முன்வைக்கின்றனர். குறிப்பாக, ஆங்கிலேய ஆசிரியர்கள் ரிச்சர்ட் எலியட்டும், ஜான் டாவ்சனும் பெர்சிய ஆவணங்களை மொழிபெயர்த்து வெளியிட்ட "History of India as told by its own Historians" எனும் மொழிபெயர்ப்பு நூல்தான் ஒரு பெரிய ஆதாரமாக முன்வைக்கப்படுகிறது. இந்த நூல் 1849ம் ஆண்டு முதன்முதலில் வெளியிடப்பட்டது.

இது தொடர்பாக இரு அம்சங்களைக் கவனத்தில் கொள்ள வேண்டும்.

1) பெர்சிய ஆவணங்கள் அனைத்தும் ஆதாரங்களாக எடுத்துக்கொள்ள முடியுமா? பெர்சிய ஆவணங்கள் நிகழ்வுகளை அப்படியே விருப்பு வெறுப்பின்றி எழுதப்பட்டனவா? அல்லது மிகைப்படுத்துதல்/புனைதல் போன்றவை இருந்தனவா? பெர்சிய ஆவணங்களை மட்டுமே அடிப்படையாக வைத்து ஒரு வலுவான கருத்தை உருவாக்கலாமா? வேறு வரலாற்று ஆவணங்கள் உள்ளனவா?

2) ரிச்சர்ட் எலியட்டும், ஜான் டாவ்சனும் "History of India as told by its own Historians" எனும் நூலை வெளியிட்டதன் நோக்கம் என்ன? அதனை அறிந்துகொள்ளும் ஆதாரங்கள் உள்ளனவா?

இசுலாமிய மன்னர்களின் கொடூரங்களை விவரிக்கின்ற ரிச்சர்ட் எலியட், பிரிட்டிஷார் ஆட்சிக்கு பிறகு நிலைமை எவ்வாறு உள்ளது என்பதை விளக்குகிறார்:

பிரிட்டிஷார் ஆட்சிக்கு பிறகு "இந்தியாவின் வரலாற்றில் ஒரு மகத்தான சகாப்தம் உருவாகிறது. கடந்தகால பிற்போக்குத்தனமான இருட்டின்மீது அய்ரோப்பிய உண்மை மற்றும் நீதியின் வெளிச்சக்கிற்று பரவ ஆரம்பித்துள்ளது."

500 ஆண்டுகளில் இசுலாமியர்கள் செய்த கொடுமைகளுக்கு மாறாக ஐம்பதே ஆண்டுகளில் பிரிட்டிஷ் ஆட்சி முன்னேற்றப்பாதையில் இந்தியாவைக் கொண்டு செல்கிறது என்கிறார் எலியட். மேலும் அவர் கூறுகிறார்:

"என்னுடைய இந்த மொழிபெயர்ப்பு (History of India as told by its own Historians) இந்தியர்களுக்கு நம்முடைய சமத்துவம் நிறைந்த ஆட்சி எவ்வளவு மகத்தான நன்மைகளை தரும் என்பதை அவர்கள் உணர்ந்திட பயன்படும்" என்கிறார்.

-History of India as told by its own Historians by Henry Elliot & Jhon Dawson 1:xxii,xxvi Eaton 132.

எனவே இந்த மொழிபெயர்ப்பின் நோக்கம் என்ன என்பதை எலியட் தெளிவுபடுத்துகிறார். பிரிட்டிஷாரின் ஆட்சியை இந்தியர்கள் வரவேற்க வேண்டும். அதற்காக இசுலாமிய மன்னர்களின் ஆட்சியை சிறுமைப்படுத்த வேண்டும் என்பதே எலியட்டின் நோக்கம் ஆகும். இந்தியாவில் ஆண்ட ஒவ்வொரு இசுலாமிய மன்னனும் அவன் பெர்சியனாக இருந்தாலும் துருக்கியனாக இருந்தாலும் அல்லது அரேபியனாக இருந்தாலும், அவன் கோவில்களை அழித்தான் எனவும் இந்துக்களைக் கொன்று குவித்தான் எனவும் ஒரு தோற்றத்தை எலியட்டின் மொழிபெயர்ப்பு ஆவணம் ஏற்படுத்தியது. வரலாற்றில் நடைபெற்ற நிகழ்வுகளை சரியாக ஆராயாமல் பெர்சிய ஆவணங்களை அப்படியே ஏற்றுக்கொண்ட எலியட்டின் அணுகுமுறைக்கு ஒரு தீய உள்நோக்கம் இருந்தது.

எலியட்டின் இந்த ஆவணம் இசுலாமிய மன்னர்கள் குறித்து ஒரு மிகப்பெரிய பாதக தோற்றத்தை ஏற்படுத்தியது. மதத்திற்கும் அரசுக்கும் இருந்த உறவு எத்தகையது; அதில் கோவில்கள் அல்லது மசூதிகள் எத்தகைய அடையாளத்தைக் கொண்டிருந்தன என்பதைப் பற்றி ஆராயாமலே, மிகைபடுத்தப்பட்ட எலியட்டின் மொழிபெயர்ப்பு இசுலாமிய மன்னர்களைப் பற்றி மட்டுமல்ல; அனைத்து இசுலாமியர்களைப் பற்றியும் மிகவும் தவறான புரிதலை உண்டாக்கியது. இதுகுறித்து பிரபல வரலாற்றாசிரியர் முகம்மது ஹபீப் (இர்ஃபான் ஹபீப் அவர்களின் தந்தையார்) சுமார் 60 ஆண்டுகளுக்கு முன்பு குறிப்பிட்டார்:

"பல நூற்றாண்டுகளாக இந்திய மண்ணில் வாழ்ந்து வரும் சமாதானமான இந்திய முஸ்லிம் அயல் தேசத்து காட்டுமிராண்டி

போலவும், கோவில்களை இடிப்பதே அவனது நோக்கம் போலவும், பசுவைக் கொன்று சாப்பிடுபவன் போலவும், இராணுவ வெறிபிடித்தவன் போலவும் சித்தரிக்கப்படுகிறான். இதன் விளைவாக இந்தியாவில் இன்று(மோசமான) வகுப்புவாத சூழல் நிலவுகிறது."

எலியட்டின் ஆவணங்கள் எத்தகைய கண்ணோட்டத்தை ஏற்படுத்தியுள்ளது என்பதை 60 ஆண்டுகளுக்கு முன்பு முகம்மது ஹபீப் கூறியது தெளிவாக்குகிறது. 60 ஆண்டுகளுக்குப் பிறகு இன்று நிலைமை மேலும் மோசமாகியுள்ளது. ஆர்.எஸ்.எஸ். போன்ற இந்து வகுப்புவாதிகள் மட்டுமல்ல; தலிபான், அல்கொய்தா ,இந்திய முஹாஜிதின் ஆகிய இசுலாமிய வகுப்புவாதிகளின் செயல்பாடுகள் இந்திய இசுலாமியர்கள் பற்றிய கண்ணோட்டத்தை மேலும் மோசமாக்கியுள்ளது. இது இந்திய இசுலாமியர்களையும், இந்து இசுலாமிய நல்லுறவையும் கடுமையாக பாதித்துள்ளது.

இசுலாமிய மன்னர்கள் அனைவரும் நீதிமான்களாக ஆண்டனர் என்பதல்ல நமது வாதம்! வரலாற்றின் அந்த கட்டத்தில் அக்காலத்தில் நிலவிய அரசியல் கோட்பாடுகள், போர் நீதிகள் , நியதிகள் மற்றும் கலாச்சார அம்சங்களுடன் தொடர்பு படுத்தி வரலாற்று அறிவியல் பூர்வமான ஒரு முடிவிற்கு வருவதே பொருத்தமானதாக இருக்கும். எலியட்டின் ஆவணம் அத்தகைய அறிவியல் பூர்வமான அணுகுமுறையைக் கொண்டிருக்கவில்லை.

கடந்த காலம் பற்றிய ஆய்வு
விழிப்புணர்வு தேவை!

கடந்த கால வரலாற்றைக் கூறும்பொழுது, மிக மிக விழிப்புணர்வோடு ஆவணங்களை ஆய்வு செய்ய வேண்டும் என்பதை ஒரு உதாரணம் மூலம் அறியலாம். மத்தியப் பிரதேசத்தில் தர் எனும் இடத்தில் ஒரு தர்கா உள்ளது. தர் எனும் இடம் அன்றைய மால்வா அரசின் தலைநகரமாக இருந்தது. இந்த தர்காவில் உள்ள 1455ம் ஆண்டில் உருவாக்கப்பட்ட குறிப்பின்படி, ஒரு கோவில் இருந்ததாகவும் அது இடிக்கப்பட்டு இந்த தர்கா கட்டப்பட்டது எனவும் குறிப்பிடப்பட்டுள்ளது. கோவில் அழிப்பிற்கு இதனை ஒரு உதாரணமாக எடுத்துக்கொள்ளப்பட்டது. கோயல் எனும் இந்துத்துவா வரலாற்றாசிரியர் "இந்துக்கோவில்கள்; அவற்றிற்கு என்ன நடந்தது?" எனும் தனது நூலில் இதனை ஒரு ஆதாரமாக குறிப்பிடுகிறார்.

இந்தக் குறிப்பு 1455ம் ஆண்டில் உருவாக்கப்பட்டாலும் அது குறிப்பிடுகிற நிகழ்வு சுமார் 400 ஆண்டுகளுக்கு முன்பு நடந்தது ஆகும். மேற்கண்ட தர்காவில் பெர்சிய மொழியில் குறிப்பு பொறிக்கப்பட்டுள்ளது என்பது உண்மை! 42 பத்திகள் கொண்ட இந்தப் பாடல் ஒரு சிக்கலான வரலாற்றைப் பதிவு செய்துள்ளது. சுல்தான்கள் டெல்லியில் அரசு அமைக்க முயற்சித்த காலத்தில் சில சூஃபி பிரிவைச்சார்ந்த இசுலாமியர்கள் இப்பகுதிக்கு வந்து வாழ்ந்து கொண்டிருந்தனர். அந்த இடத்தை சுத்தம் செய்து தொழுகை நடத்திக்கொண்டிருந்தனர். அப்பகுதியில் இசுலாம் பரவ ஆரம்பித்தகாலம் அது! இன்னும் இசுலாம் வலுவாகக் காலூன்றவில்லை.

அந்த சமயத்தில் ஒரு நாள், இசுலாமியர்கள் காலைத் தொழுகைக்குத் தயாராகிக்கொண்டிருந்தனர். அச்சமயத்தில் சில இந்துக்கள் ஆயுதங்களுடன் அங்கு வந்து இசுலாமியர்களைத் தாக்கி அவர்களைக் கொன்றனர். பின்னர் அங்கு பல இந்துக் கடவுள்களின் சிலைகளை நிறுவி அதனைக் கோவிலாக மாற்றினர். சில நாட்கள் கழித்து அங்கு ஒரு படையுடன் வந்த அப்துல்ஷா சங்கல் என்பவன் கோவில்களில் இருந்த சிலைகளை அழிக்கிறான். கோவிலை மீண்டும் மசூதியாக மாற்றுகிறான். இதனைக்கண்ட பராமர மன்னன் இராஜா போஜா இசுலாம் மதத்திற்கு மாறுகிறான். அப்துல்ஷா சங்கல் அங்கேயே மரணம் அடைகிறான். அவனுக்கு சமாதி உருவாக்கப்படுகிறது.

சில காலங்களுக்குப் பிறகு அந்த மசூதியும் அப்துல் ஷா சங்கல் புதைக்கப்பட்ட இடமும், அதாவது தர்காவும் முறையான பராமரிப்பு இன்றி சீரழிந்து கொண்டிருந்தது. அப்பொழுது டெல்லியை ஆண்ட முகம்மது கில்ஜி எனும் மன்னன் அங்கு வந்து மசூதியையும் தர்காவையும் சிறப்பாக கட்டினான். இவ்வளவு விவரங்களைக் கூறும் அந்த பெர்சிய ஆவணம் "இந்த உலகம் உள்ள வரையில் கில்ஜி மன்னனின் புகழ் நிலைத்திருக்கும்" என முடிகிறது.

இந்த தர்காவில் பொறிக்கப்பட்டுள்ள பெர்சிய ஆவணம் நான்கு கட்டங்களை விளக்குகிறது. முதல் கட்டம் சூஃபி பிரிவு இசுலாமியர்கள் தொழுகை நடத்தியது. இரண்டாவது கட்டம் அவர்களை இந்துக்கள் கொன்று அந்த இடத்தை கோவிலாக மற்றியது! மூன்றாவது கட்டம் அப்துல்ஷா சங்கல் கோவிலை அழித்து மசூதி உருவாக்கியது. இராஜா போஜா மன்னன் மதம் மாறியது. நான்காவது கட்டம் மசூதியையும் தர்காவையும் கில்ஜி மன்னன் பராமரிக்க செய்த ஏற்பாடுகள்.

(G.Yazdani "The inscriptions of the Tomb of Abdullah Shah Changal at Dhar" Epigraphia Indo Moslemica (1909): 1-5. Eaton p: 132.

மேற்கண்ட நிகழ்வில் இசுலாமியர்கள் தொழுகை நடத்திய இடம் கோவிலாக மாற்றப்பட்டது என்பதை மட்டுமே உண்மை என்றோ அல்லது கோவில் மசூதியாக மாற்றப்பட்டது என்பதை மட்டுமே உண்மை என்றோ எடுத்துக்கொண்டால் அது முழுமையான வரலாறாக அமையாது. ஒரு தொடர் நிகழ்வை இந்த பெர்சிய ஆவணம் வெளிப்படுத்துகிறது. பொதுவாக பெர்சிய ஆவணங்கள் நிகழ்வு நடந்த உடனே அல்லது குறுகிய காலத்தில் இயற்றப்படும். ஆனால் இந்த ஆவணம் சுமார் 400 ஆண்டுகளுக்கு முன்பு நடந்த ஒன்றைக் குறிக்கிறது. 400 ஆண்டுகளாக வாய் மொழியில் கூறப்பட்டுவந்த நிகழ்வு 1455ல் பதிவு செய்யப்படுகிறது. எனவே இதில் எந்த அம்சம் எந்த அளவிற்கு உண்மை அல்லது மிகைபடுத்தப்பட்டது என்பதைக் கூறுவது கடினம். எனினும், மன்னன் இசுலாமிற்கு மாறினான் என்பது உண்மை! ஏனெனில் அதனை வேறு சில ஆவணங்களும் பதிவு செய்கின்றன.

இரண்டு பெரிய மதங்கள் அவற்றின் கலாச்சாரங்கள் ஒன்றுடன் ஒன்று இணைந்தும் மோதிக்கொண்டும் மக்களிடையே தாக்கத்தை ஏற்படுத்திக்கொண்டிருந்தன. இந்த நிகழ்வுகளை வெட்டு ஒன்று துண்டு இரண்டு என்பது போல மதிப்பீடு செய்வது வரலாற்றிற்கு துரோகம் செய்வதாகும். எனவே கோவில் இடிப்பு பற்றிய ஆவணங்களை அவற்றின் இடம், பொருள், ஏவல் ஆகியவற்றுடன் பொருத்திப்பார்த்து மிக விழிப்புணர்வுடன் மதிப்பீடு செய்வது அவசியம் ஆகும்.

ஆரம்பகால கோவில் இடிப்புகள்

இந்தியாவில் இசுலாமிய அரசுகள் 12ம் நூற்றாண்டின் இறுதியில் தோன்ற ஆரம்பித்தன. அதற்கு 200 ஆண்டுகளுக்கு முன்பே இசுலாமியர்களின் படையெடுப்பு ஆரம்பித்துவிட்டது. அவ்வாறு முதலில் வந்தவர்கள் பெர்சிய துருக்கியர்கள் ஆவர். கஜனிவாடி வம்சத்தைச்சார்ந்த இவர்கள் தொடர்ந்து இந்திய நகரங்கள் மீது படையெடுத்து, பொருட்களை ஏராளமான அளவிற்கு கொள்ளை அடித்துச் சென்றனர்.

இந்த படையெடுப்புகள் 986ம் ஆண்டு கஜனிவாடி சுல்தான் சபுக்டிகின் படையெடுப்புடன் தொடங்குகிறது. இவன் ஆப்கானிஸ்தான் மற்றும் பஞ்சாபின் ஒரு பகுதியை ஆண்டு கொண்டிருந்த ஷாஜிராஜா எனும் இந்து மன்னனைத் தோற்கடித்து இந்தியாவிற்குள் நுழைகிறான். இவன் ஏராளமான செல்வங்களை கொள்ளை அடித்ததாகவும், கோவில்களை அழித்து இசுலாத்தைப்

பரப்பியதாகவும், பல நகரங்களை அழித்ததாகவும் பெர்சிய ஆவணங்கள் கூறுகின்றன.

கி.பி. 998ம் ஆண்டு சடுக்டிகின் மகன் முகம்மது (கஜனி முகம்மது) காலத்தில் கொள்ளை மேலும் உக்கிரத்துடன் தொடர்கிறது. ஆனால் இந்த படையெடுப்புகள் ஒரு இசுலாமியப் பேரரசை உருவாக்கும் நோக்கத்துடன் நடத்தப்படவில்லை. ஏனெனில் கொள்ளை அடித்த பொருட்களுடன் முகம்மது தனது தேசத்திற்கு திரும்புவதை வழக்கமாக கொண்டிருந்தான். தனது அரசையோ அல்லது தனது பிரதிநிதியையோ ஆட்சியில் அமர்த்தவில்லை. அத்தகைய அரசை அமைக்கும் ஆசையும் திட்டமும் கஜனிவாடி சுல்தான்களுக்கு இருந்ததாகத் தெரியவில்லை. அப்படியானால் அவர்களது படையெடுப்பின் நோக்கம் என்ன?

முற்றிலும் செல்வங்களைக் கொள்ளை அடிப்பதும், மத அடிப்படையில் கோவில்களை முடக்குவதும் நோக்கமாக இருந்தது. கோவில்களில் செல்வங்கள் குவித்து வைக்கப்படிருந்தன. இதனைக் கேள்விப்பட்ட கஜனிவாடி சுல்தான்கள் செல்வத்தை கொள்ளை அடிக்க படையெடுத்தனர். குறிப்பாக, கஜனி முகம்மது சுமார் 11 ஆண்டுகள் ஆண்டுக்கொரு முறை படையெடுத்துவந்தான். கோவில்களில் செல்வம் இருந்தது என்பது அவை தாக்குதல்களுக்கு உள்ளாவதற்குக் காரணமாக இருந்தன. கொள்ளைக்குப் பிறகு கோவில்கள் முடக்கப்பட்டன.

எதற்காக இந்தக் கொள்ளை?

பொதுவாகவே மத்திய காலத்தில் போர் என்பது நாடு பிடிக்கவும் பொருள் கொள்ளை அடிக்கவுமே நடத்தப்பட்டன. கஜனிமுகம்மது விஷயத்தில் கோவில் அழிப்பு என்பதும் சேர்ந்து கொள்கிறது. கஜனி முகம்மதுவின் படை முற்றிலும் தொழில்ரீதியானது ஆகும். துருக்கிய அடிமைகளை விலைக்கு வாங்கி அவர்களுக்கு நவீன முறையில் போர்ப் பயிற்சி அளிக்கப்பட்டது. இதற்காக ஏராளமான பொருட்செலவுகள் தேவைப்பட்டது. கொள்ளை அடிக்கும் பொருட்களில் வீரர்களுக்கு பங்கும் அளிக்கப்பட்டது.

கஜனிமுகம்மதுவின் படையினர் தொழில்முறை வீரர்கள் என்பதால், அவர்களது கொள்ளை மற்றும் கொலைகள் மிகவும் கொடூரமாக அமைந்தன. கஜனிமுகம்மது இந்து மன்னர்களையும் இந்துக்களையும் மட்டுமல்ல; ஷியா மற்றும் இஸ்மாயிலி பிரிவு முஸ்லிம்களையும் கொன்றான். சோமநாதர் கோவிலுக்கு என்ன நிலைமை ஏற்பட்டதோ அதே கதிதான் முல்தான் மற்றும் மன்சூராவில் இருந்த மசூதிகளுக்கும் ஏற்பட்டது.

சுல்தான்களும் – சூஃபி மதமும்

12ம் நூற்றாண்டின் இறுதியில் தஜிக் வம்சத்தைச்சார்ந்த குரிடுகள் வருகைக்குப் பிறகு, வட இந்திய அரசியலில் மிகப்பெரிய திருப்புமுனை ஏற்பட்டது. கஜனிவாடி சுல்தான்களைத் தோற்கடித்து அப்புறப்படுத்திய அவர்கள் கங்கைப்பிரதேசத்தை கைப்பற்றினர். கங்கைப்பகுதியை தமது ஆட்சியின் மையமாகக் கொண்ட இவர்கள், கொள்ளை அடிப்பதற்காக படையெடுக்கவில்லை. மாறாக, தமது பேரரசை அமைக்கத் திட்டமிட்டனர். அதற்காக பலபோர்களில் ஈடுபட்டனர். இவர்கள்தான் முதன்முதலில் இந்திய இசுலாமிய அரசை நிறுவியவர்கள் ஆவர்.

1192 ஆம் ஆண்டில்தான் முதல் இந்திய சுல்தான் ஆட்சி ஏற்பட்டது. அதன்பிறகு, கிட்டத்தட்ட 18ம் நூற்றாண்டு வரை சுல்தான்களும் முகலாயர்களும் தமது அரசுகளை நிறுவினர். இவர்களில் முகம்மது துக்ளக், அக்பர், ஒளரங்கசீப் ஆகியோர் பேரரசுகளை நிறுவினர். பாமினி சுல்தான்கள், வங்காள சுல்தான்கள், டெல்லி சுல்தான்கள் என பல பிரிவு சுல்தான்கள் பல இடங்களில் ஆட்சி புரிந்தனர். இவர்களுக்குள் கடும் போர்களும் நடந்துள்ளன. ஒரு இசுலாமிய சுல்தானைத் தோற்கடிக்க மற்றொரு சுல்தான் இந்து மன்னர்களுடன் இணைந்து கொள்வதும் பரவலாக நடந்துள்ளது.

சுல்தான்களின் தொடர்ச்சியாக 16ம் நூற்றண்டில் முகலாயர்கள் தமது அரசுகளை நிறுவினர். சுல்தான்கள் முதல் முகலாயர்கள் வரை ஆண்ட இவர்களின் மதம் பற்றிய அணுகுமுறை எவ்வாறு இருந்தது?

மதத்தைப் பொறுத்த வரை இவர்கள் ஆதரித்தது சூஃபி பிரிவு இசுலாம் ஆகும். ஏராளமான சூஃபி ஆன்மிகப் பெரியவர்களை இவர்கள் ஆதரித்தனர். அஜ்மீரில் உள்ள ஷேக் மெனுதீன் சிஸ்டி, நிசாமுதீன் அவுலியா, செய்னல்தீன் ஷிராசி, அலால் ஹக், பக்தியார் காக்கி போன்ற சூஃபி குருமார்கள் போற்றப்பட்டனர். தமிழகத்தில் தர்கா என அழைக்கப்படும் மேற்கண்ட சூஃபி குருமார்களின் கல்லறைக்கு சுல்தான்கள் அடிக்கடி விஜயம் செய்தனர். ஏராளமான பொருட்களையும் உதவினர். இக்காலக் கட்டத்தில் சூஃபி பிரிவு இசுலாம் அரச மதமாகவே கோலோச்சியது எனில் மிகை அல்ல.

(Simon Digby / The Sufi Shaikh as a source of Authority in Mediaeval India) Eaton 133.

அக்பர் பேரரசன் அஜ்மீர் தர்காவிற்கு 14 முறை வருகை புரிந்துள்ளான். தன் படையெடுப்புகளில் மிகவும் கடுமையாக போரிட்ட சித்தூர் போரிலும், பிறகு வங்காளப் போரிலும் வென்ற பிறகு தவறாமல் அஜ்மீர் தர்காவிற்குச் சென்று காணிக்கை செலுத்தினான். ஆக்ராவிலிருந்து அஜ்மீருக்கு கால்நடையாகவே அக்பர் சென்றான் என்பது குறிப்பிடத்தக்கது.

(P.M. Currie/The Shrine and Cult of Mu'in al Din Chisti of Ajmeer p: 100) Eaton P: 133.

அபித் அல் காதிர் பதவுனி எனும் தன்னுடைய வரலாற்றாசிரியருடன் தனது வெற்றிகளை விவாதிக்கும் பொழுது "எனது இராணுவ வெற்றிகளுக்குக் காரணம் குரு பீர்தான் (அஜ்மீர் சிஸ்டி மைனுதின்) என அக்பர் பதிவு செய்துள்ளான்.

(Abd al-Qadir Badauni/ Muntakhab al tawarikh/vol 2) Eaton p: 134.

அக்பருக்கு முன்னாலும் பின்னாலும் ஆண்ட பெரும்பாலான இசுலாமிய மன்னர்கள் சுஃபி பிரிவை ஆதரித்தனர். இதற்கு விதிவிலக்கு ஒளரங்கசீப் மட்டுமே! சுஃபி பிரிவினர் ஒளரங்கசீப்புக்கு எதிராக கலகம் செய்தனர். அதற்காக அவர்கள் பண்டிதர்களுடன் சேரவும் தயங்கவில்லை. எனவே சுஃபி பிரிவினருக்கும் ஒளரங்கசீப்புக்கும் முரண்பாடுகள் தொடர்ந்து இருந்தன. அந்த ஒளரங்கசீப் கூட தர்காக்களுக்கு வருகை புரிந்து காணிக்கை அளித்துள்ளான். குல்பர்கா மற்றும் குலாலாபாத் ஆகிய இடங்களில் உள்ள தர்காக்களுக்கு ஒளரங்கசீப் ஏராளமான காணிக்கை அளித்தான்.

(Catherine B. Asher/Architecture of Mughal India vol. 1:4) Eaton p: 133.

இங்கு முக்கியமாக கவனிக்க வேண்டியது என்னவெனில், மேற்கண்ட சுல்தான்களும் முகலாயர்களும் கஜனிமுகம்மது போல சன்னி பிரிவு இசுலாத்தை அமுலாக்க முயலவில்லை. மாறாக, அனைத்து மதங்களையும் அரவணைக்கத் தயங்காத சுஃபி பிரிவு இசுலாமை அவர்கள் ஆதரித்தனர். இவர்கள் கஜனிமுகம்மது செய்தது போல அரேபியாவில் உள்ள காலிஃப்களுடன் தொடர்பு வைத்திருந்ததாகவும் தெரியவில்லை. எனவே, இவர்கள் ஒரு பரிசுத்தமான அல்லது ஏனைய மதங்களை குறிப்பாக இந்து மதத்தை ஒதுக்கும் அல்லது வெறுக்கும் இசுலாமிய சன்னிப் பிரிவை அமுலாக்கவில்லை. சன்னி பிரிவு இசுலாம் தர்காக்களை ஆதரிப்பது இல்லை. சுஃபி பிரிவை அவர்கள் ஏற்பதும் இல்லை.

கஜனிவாடி சுல்தான்கள் போல பின்னாளில் ஆண்ட சுல்தான்கள் கண்ணில் பட்ட கோவில்களையெல்லம் அழிக்கவில்லை. எதிரி மன்னனுடன் போரிடும்பொழுது மன்னனுக்குச் சொந்தமான அல்லது அவனது கடவுள் உள்ள கோவிலை மட்டுமே அழித்தனர்.

ஏனைய கோவில்களை அவர்கள் தாக்குவது இல்லை. எனவே அக்கோவில்கள் பாதுகாப்பாக இருந்தன. எதிரி மன்னர்களின் கோவில்களை அழிப்பதும் கூட சுல்தான்கள் அல்லது முகலாயர்கள் உருவாக்கிய அணுகுமுறை அல்ல. மாறாக, அவர்களின் வருகைக்கு முன்பே இந்து மன்னர்களால் நடைமுறையில் இருந்த ஒரு அணுகுமுறைதான்! ஆள்கின்ற மன்னனின் ஒரு அரசியல் அடையாளச் சின்னமாக கோவில் விளங்கிய காரணத்தால் கோவில் தாக்குதலுக்கு ஆளானது. அதே சமயத்தில் சுல்தான்களும் சரி, முகலாயர்களும் சரி! கோவில்களைப் பாதுகாத்தனர் என்பதற்கும் புதியதாக கோவில்களை கட்ட அனுமதித்ததற்கும் ஏராளமான சான்றுகள் உள்ளன.

எனவே இந்திய-இசுலாமிய அரசுகளை நிறுவிய சுல்தான்கள் மற்றும் முகலாயர்கள் மூன்று முக்கிய அம்சங்களில் கஜனிவாடி சுல்தான்கள்களிடமிருந்து வேறுபட்டிருந்தனர். முதலாவது அம்சம் மதம் ஆகும். கஜனிவாடி சுல்தான்கள் சன்னி பிரிவு இசுலாமைச் சார்ந்தவர்களாக இருந்தனர். ஆனால் பின்னாளில் வந்த சுல்தான்கள் மற்றும் முகலாயர்கள் சுன்பி பிரிவு இசுலாமை ஆதரித்தனர். இன்னும் கூறப்போனால், சுல்தான்கள் மற்றும் முகலாயர்கள் காலத்தில் அரச மதமாகவே சுன்பி பிரிவு இசுலாம் இருந்தது எனில் மிகை அல்ல.

இரண்டாவது அம்சம், கோவில்கள் மற்றும் விக்கிரக வழிபாடு பற்றிய அணுகுமுறை ஆகும். கஜனிவாடி சுல்தான்கள் செல்வங்களைக் கொள்ளை அடிக்கவும், சன்னி பிரிவு இசுலாமை நிறுவிடவும் மதரீதியில் கோவில்களை அழித்தனர். ஆனால் பின்னாளைய சுல்தான்கள் மற்றும் முகலாயர்கள் போரில் தோற்ற மன்னனின் அரசியல் அடையாளமாக உள்ள கோவிலை மட்டுமே அழித்தனர். மற்ற கோவில்களை அழிக்கவில்லை என்பது மட்டுமல்ல; அவற்றை பாதுகாக்கவும் செய்தனர்.

மூன்றாவது அம்சம் அரசை நிறுவியது ஆகும். கஜனிவாடி சுல்தான்கள் அரசை நிறுவவில்லை. மாறாக, பின்னாளைய சுல்தான்கள் மற்றும் முகலாயர்கள் தமக்கென ஒரு அரசை நிறுவினர். அவர்களில் சிலர் பேரரசையும் நிறுவினர்.

கோவில் அழிப்பும், இந்து மன்னர்களும்

கோவில் கொள்ளை மட்டுமல்ல; கோவில்களை அழிப்பதும் இந்து மன்னர்களின் போரின் பொழுது நடந்துள்ளது. பத்தாவது நூற்றாண்டில் இராஷ்ட்ரகூடா அரசனான மூன்றாவது இந்திரன் தனது பரம எதிரியான பிரதியாரா அரசனை தோற்கடித்த பொழுது களப்பிரியாவிலிருந்த அவனின் கோவிலை அழித்தான்; அதனை பெருமையாக பதிவும் செய்தான். சிங்கள அரசனான எட்டாம் அகபோதி தமது சரணாகதிக்கு அடையாளமாக இராஷ்ட்ரகூடா மன்னர்களுக்கு அளித்த இரண்டு புத்தர் சிலைகள் 1007ம் ஆண்டு இராஜேந்திர சோழன் படையெடுப்பின் பொழுது அழிக்கப்பட்டன. அதே போல அபயகிரி சரணாலயத்தில் இருந்த தங்கத்தாலான புத்தர் சிலை(பாண்டிய மன்னனால் கொள்ளை அடிக்கப்பட்டு மீண்டும் சிங்கள அரசனால் மீட்கப்பட்டது) 1017ம் ஆண்டு இராஜேந்திர சோழன் படையெடுப்பின்பொழுது கொள்ளை அடிக்கப்பட்டு பின்னர் அழிக்கப்பட்டது. (குல வம்சா 55.2021)

11ம் நூற்றாண்டில் காஷ்மீரை ஆண்ட ஹர்ஷா எனும் மன்னன் கோவில்கள் கொள்ளை அடிக்கவும், அழிக்கவும் தனியாக ஒரு அமைச்சரையே நியமித்தான். அவன் காலத்தில் குஜராத்தில் இருந்த நூற்றுக்கணக்கான ஜைனக்கோவில்கள் கொள்ளை அடிக்கப்பட்டன மட்டுமல்ல; அவை அழிக்கவும்பட்டன. 11ம் நூற்றாண்டின் மத்தியில் சோழ அரசன் இராசாதிராசன் சாளுக்கியர்களை தோற்கடித்து தலைநகரான வாதாபியை சூறையாடி, முற்றிலுமாக எரித்தான். இயற்கையிலயே வாதாபியில் இருந்த கோவில்களும் எரிக்கப்பட்டிருக்கவேண்டும். சாளுக்கியர்களின் கறுப்பு கல்லாலாலன வாயிற்காப்போன் சிலையை சோழமன்னன் தன் தலைநகரத்திற்குக் கொண்டுவந்து போரில் வென்றதற்கான பரிசுகளாக மக்களின் பார்வைக்கு வைத்தான்.

இவையெல்லாம் இசுலாமியர்கள் எனப்படும் துருக்கியர்கள் இந்தியாவிற்கு வரும் முன்பே இந்து மன்னர்களால் தொடர்ச்சியாக நடத்தப்பட்ட நிகழ்வுகள் ஆகும். இதனை அப்படியே இசுலாமிய மன்னர்கள் தொடர்ந்தனர். துருக்கியர்கள் வருகைக்குப் பின்னரும் கூட இந்து மன்னர்கள் தாம் தோற்கடித்த மன்னர்களின் கோவில்களைக் கொள்ளை அடிப்பதும் அவற்றை அழிப்பதும் தொடர்ந்தனர்.

கி.பி.1460ல் ஒரிசா அரசன் கபிலேந்திரா தமிழகத்தின்மீது படையெடுத்த பொழுது, காவிரி டெல்டா பகுதியில் இருந்த பல சைவ மற்றும் வைணவக் கோவில்களை முற்றிலுமாக அழித்தான். கி.பி. 1579ம் ஆண்டு முராரிராவ் எனும் ஒரு இசுலாமிய சுல்தானின் தளபதி கிருஷ்ணா ஆற்றின் தெற்கே போரின் பொழுது அஹோபிலம் கோவிலை அழித்தது மட்டுமல்ல; அதன் வைடூரியத்தாலான விக்கிரகத்தைக் கைப்பற்றி தனது சுல்தானுக்கு சமர்ப்பித்தான். முராரிராவ் ஒரு மராட்டிய பிராமணர் என்பது குறிப்பிடத்தக்கது. (Philip B. Wagoner/Tidings of the kings: A translation and Ethnohistorical Analysis of the Raya-vackamu) Eaton p: 135.

கடவுள் – கோவில் – அரசன் – நிலம்
ஒரு நூதனமான அரசியல் பிணைப்பு

கோவில் செல்வங்கள் மற்றும் விக்கிரகங்களைக் கொள்ளை அடிப்பது அல்லது கோவில்களை அழிப்பது என்பது இசுலாமிய மன்னர்கள் குறிப்பாக 12ம் நூற்றாண்டிற்கு பிறகு இந்திய இசுலாமிய அரசுகளை உருவாக்கிய மன்னர்களின் கோட்பாடுகள் அல்ல. கஜனி முகம்மது போல இசுலாமை பரப்பிட கோவில் அழிப்பு என்பதை சுல்தான்களோ அல்லது முகலாயர்களோ ஒரு கொள்கையாக கொண்டிருக்கவில்லை. கோவில் கொள்ளையும், கோவில்களை அழிப்பதும் இசுலாமிய சுல்தான்கள் வருகைக்கு முன்பே இங்கு இருந்த போர் நடைமுறை ஆகும். இந்து மன்னர்களும் கோவில் கொள்ளையிலும் கோவில் அழிப்பிலும் ஈடுபட்டனர்.

கோவில்கள் தாக்குதலின் இலக்காக இருந்தது ஏன்?

இதனைப் புரிந்துகொள்ள, வரலாற்றின் அக்காலக்கட்டத்தில் கோவில்களின் பங்கு மற்றும் அவற்றின் தன்மை என்ன என்பதை ஆய்வு செய்ய வேண்டும்.

கடவுள், கோவில், அரசன், அரசன் ஆட்சி செய்யும் நிலப் பகுதி ஆகிய இவற்றிற்கிடையே ஒரு நூதனமான பிணைப்பு இருந்தது. இந்த பிணைப்பு ஆன்மிகமும் அரசியலும் கலந்த ஒரு பிணைப்பு ஆகும். குறிப்பிட்ட அரசனின் ஆட்சியின் கீழ் உள்ள மக்கள் அந்த அரசனின் அரசியல் அதிகாரத்தை எப்படி ஏற்றுக்கொள்கின்றனர்? அரசன் கடவுளின் பிரதிநிதி! அந்தக் கடவுளிடமிருந்து அரசன் அதிகாரத்தைப் பெறுகிறான். அந்த கடவுளின் பெயரால் அரசியல் அதிகாரம் செலுத்துகிறான். அந்த கடவுள் யார்? அரசனின் கடவுள். "ராஷ்ட்ர தேவதா" எனப்படும் அரசின் கடவுள். அதாவது ஆள்கின்ற அரச குடும்பத்தின் கடவுள். இந்தக் கடவுள் எங்கு இருக்கிறார்?

அவர் கோவிலில் சிலை வடிவில் இருக்கிறார். (பெரும்பாலும் கடவுள் என்பது சிவன் அல்லது விஷ்ணுவாக இருந்தனர்) ஆகவே கோவிலும் கோவிலுக்குள் இருக்கும் கடவுளும் அரசனின் அரசியல் அதிகாரத்தை பறைசாற்றும் ஒரு வலிமையான அடையாளச் சின்னம். கோவிலும் அந்த கடவுளும் இருக்கும் வரை அரசனின் அரசியல் அதிகாரம் செல்லுபடியாகிறது; அங்கீகரிக்கப்படுகிறது.

பிரம்மாண்டமான கோவில்களை அரசன் ஏன் கட்டினான்? பி.டி. சட்டோபாத்யாயா கூறுகிறார்:

"அரசவம்சத்தின் (அரசியல் அதிகாரத்தின்) மூலத்தை மதம் மற்றும் தெய்வீக சக்திகளுடன் இணைக்கும் தேவை பிரம்மாண்டமான கோவில்களை கட்டுவதற்கு இட்டுச் சென்றது"

(Historiography, History, and Religious centers: Early Medieval North India)

கோவில், கடவுள், அரசன், ஆட்சி செய்யும் நிலப் பகுதி ஆகிய இவற்றிற்கிடையே உள்ள பிணைப்பு குறித்து 6ம் நூற்றாண்டின் பிரஹாட்சம்ஹிடா எனும் ஆவணம் கீழ்கண்டவாறு கூறுகிறது:

"ஒரு சிவலிங்கம் சிலை அல்லது கோவில் உடைந்தால், நகர்ந்தால், வியர்வை சிந்தினால், கதறினால், பேசினால் அல்லது எவ்வித காரணமும் இன்றி செயல்பட்டால் அது அந்த மன்னனுக்கும் அவன் ஆட்சி செய்யும் பகுதிக்கும் அழிவு வரப்போகிறது எனும் எச்சரிக்கை ஆகும்."

(Richard Davis/Lives of Indian images) p: 53 Eaton p: 134.

இதே போல "திருவுடரை மன்னரை காணின் திருமாலைக் கன்டேன் " எனும் நம்மாழ்வாரின் கூற்றையும் கவனிக்க வேண்டும். சில சமயங்களில் மன்னர்கள் சிலைகள் கோவிலினுள் வைக்கப்பட்டு வழிபாடு நடத்தப்பட்டுள்ளன. உதாரணத்திற்கு, குந்தவை தனது தந்தை சுந்தரசோழனின் சிலையையும் தனது தாயாரின் சிலையையும் வழபாட்டிற்காக வைத்துள்ளார். (தென்னிந்திய கல்வெட்டுகள் 2:6) சங்ககாலம் தொல்பொருள் ஆய்வுகள்/மு. காமாட்சி/ பக்: 212.

"முடியாட்சி அரசில் சர்வ அதிகாரம் கொண்டவர் அரசர். இவரே நாட்டின் ஒழுங்கைக் காக்கிறார். ஆனால் பூவுலகம் உள்ளிட்ட ஒட்டு மொத்த பிரபஞ்சத்தின் ஒழுங்கைக் காப்பவர் கடவுள். ஆக, பிரபஞ்சம் முழுமைக்குமான ஒழுங்கை காக்கும் கடவுளின் அருள் பெறாமல் எந்த மன்னனும் நீண்ட ஆயுளையோ, போரில் வெற்றியையோ, நாட்டில் நீதி, நிர்வாகம், பொருள் வளம், பஞ்சமின்மை, நோய் நொடியின்மை ஆகியவற்றையோ பெற இயலாது." (சங்ககாலம் தொல்பொருள் ஆய்வுகள்/மு. காமாட்சி/ பக்: 214.)

பெருங் கோவில்கள் குறித்து சட்டோபாத்யாயாவின் கருத்தைப் போலவே மு. காமாட்சியும் கூறுகிறார்:

மன்னர்களின் ஆட்சி, சடங்கியல் முடியாட்சியாக (Ritual Kingship) பரிணமித்தது எனக்கூறும் காமாட்சி " கி.பி. ஆறாம் நூற்றாண்டிலிருந்து பெருங்கோவிலை மையமிட்டு மாறத்தொடங்கியது" என்கிறார். (*சங்ககாலம் தொல்பொருள் ஆய்வுகள்/மு. காமாட்சி/ பக்: 215.*)

ஆகவே, கோவிலும் அதனுள் இருந்த கடவுளும் அரசனின் ஒரு வலிமையான அரசியல் சின்னமாக இருந்தன. போரின்பொழுது தோற்ற அரசனின் அரசியல் அங்கீகாரம் முற்றிலும் முடக்கப்பட வேண்டுமானால், அந்த அரசனுக்கும் அவனது கோவில் மற்றும் கடவுளுக்கும் இடையேயுள்ள பிணைப்பு நீக்கப்பட வேண்டும். இதற்கு அந்த கடவுள் சிலையை அல்லது கோவிலை அல்லது இரண்டையுமே முடக்க வேண்டியுள்ளது அல்லது அழிக்கப்பட வேண்டியுள்ளது.

கி.பி. ஆறாம் நூற்றாண்டிலிருந்தே அதாவது முதல் இசுலாமிய சுல்தான் இந்தியாவிற்கு வருகை தருவதற்கு பல நூற்றாண்டுகளுக்கு முன்பே கோவில்கள் கொள்ளை அடிக்கப்பட்டன. கடவுள் சிலைகள் அகற்றப்பட்டன அல்லது கைப்பற்றப்பட்டன. பல சமயங்களில் கோவில்கள் அழிக்கவும் பட்டன. இவையெல்லாம் இந்து மன்னர்களுக்கிடையே ஏற்பட்ட போர்களில் நடந்த நிகழ்வுகள் ஆகும். இதனை இசுலாமிய மன்னர்களும் பின்பற்றினர்.

சில சமயங்களில் இசுலாமிய மன்னனுடன் போரிடுவதைத் தவிர்க்க, மன்னன் தனது ஆளும் பகுதியை விட்டு வேறு இடத்திற்கு சென்றுவிடுவது உண்டு. அப்பொழுது அவன் தனது கோவிலையும் கை கழுவிவிட்டு சென்றுவிடுவான். அச்சமயத்தில் அங்கு வரும் இசுலாமியப் படைகள் என்ன செய்யும்?

ஏற்கெனவே மன்னனுக்குச் சொந்தமாக இருந்த கோவில் தற்பொழுது அதே மன்னனால் கைவிடப்பட்டால், அந்தக் கோவில் தாக்குதலுக்கு இலக்காவதில்லை! 13ம் நூற்றாண்டின் ஆரம்பத்தில் கான்டெல்லா வம்சத்தினர் கஜூராஹூ பகுதியை ஆண்டு கொண்டிருந்தனர். அப்பகுதி மீது இசுலாமிய மன்னன் படை எடுத்தான். படை வருவதை அறிந்த கான்டெல்லா மன்னன் அந்த இடத்தைவிட்டுச் சென்றுவிட்டான். இயற்கையிலேயே தனது கோவிலையும் கைவிட்டுவிட்டான். அங்கு வந்த இசுலாமியப் படைகள் கோவிலை அழிக்கவில்லை. இவ்வாறு மன்னன் தனது கோவிலைக் கைவிட்டுவிட்டால், அக்கோவில் தாக்குதலுக்கு உள்ளாகவில்லை. (Wink/Al Hind)/Eaton/ p: 134

கோவில்களைப் பாதுகாத்த இசுலாமிய சுல்தான்கள்

போரின் பொழுது தோற்ற மன்னனின் கோவில் இடிக்கப்படுவது போரின் நியதி எனில், போருக்கு பிறகு என்ன நடந்தது? தோற்ற மன்னனின் பகுதி இந்திய - இசுலாமிய அரசுடன் இணைக்கப்பட்ட பிறகு கோவில்களின் நிலைமை என்ன ஆகிறது? போருக்குப் பிறகும் கோவில்கள் இடிக்கப்பட்டனவா?

போருக்குப் பிறகு கோவில்கள் பிரச்சனையில் இசுலாமிய சுல்தான்கள் இந்திய மண்ணில் காலம்காலமாக என்ன பாரம்பர்யம் கடைபிடிக்கப்பட்டதோ அதனை பின்பற்றினர். அதாவது, கோவில்கள் பாதுகாக்கப்பட்டன. பல சமயங்களில் புதிய கோவில்களும் கட்ட அனுமதிக்கப்பட்டன. சில சுல்தான்கள் கோவில்கள் இடிக்கப்படக்கூடாது என இசுலாம் கூறியிருப்பதை சுட்டிக்காட்டி, அந்த நடைமுறையை பின்பற்றினர்.

மேலும் ஒரு நடைமுறைத் தேவை இருப்பதையும் சுல்தான்கள் உணர்ந்தனர். என்னதான் ஆட்சி இசுலாமிய சுல்தான்களது என்றாலும், ஆளப்படுகிற பெரும்பான்மை மக்கள் இசுலாமியர் அல்லாதவர்கள். அவர்களில் இந்துக்கள், பவுத்தர்கள், ஜைனர்கள் என பல பிரிவினர் இருந்தனர். இந்துக்களும் இன்றைய காலகட்டத்தில் இருந்ததுபோல அல்லாமல் பல பிரிவுகளைக் கொண்டதாக இருந்தனர். பல மதங்களும் பிரிவுகளும் கொண்ட பன்முக தேசத்தை ஆளும்பொழுது, அதற்கே உரிய சில தேவைகள் எழுந்தன. அவற்றில் முக்கியமானது கோவில்களை பாதுகாப்பது ஆகும். அதனை மிகத்தெளிவாக சுல்தான் மன்னர்கள் உணர்ந்திருந்தனர்.

"குஸ்ருகான் ராஜாவான பிறகு இந்துக்களுக்கு நிறைய சாதகங்கள் செய்தார். பசுவதையைக்கூட தடை செய்தார்" என எழுதுகிறார் இபன் பதூதா. இயற்கையிலேயே இவன் கோவில்களையும் பாதுகாத்திருக்க வேண்டும். (அருணன்/காலம்தோறும் பிராமணியம்/ தொகுதி2/பக்:39)

முகம்மதுபின்துக்ளக் தென்னிந்தியப் பகுதியான டெக்கான் பிரதேசத்தை தன் பேரரசின் கீழ் கொண்டு வந்து 13 ஆண்டுகளுக்குப் பிறகு 1326ம் ஆண்டில் பிதார் மாவட்டத்தில் உள்ள சிவன் கோவில் செயல்பட உத்தரவாதப்படுத்த தனது அதிகாரிகளை அங்கு

அனுப்புகிறான். அந்த சிவன் கோவிலில் சில உள்ளூர் பிரச்சனைகள் காரணமாக வழிபாடு நடக்கவில்லை. மக்கள் சுல்தானின் கவனத்திற்கு கொண்டு சென்றனர். மிக விரைவில் அங்கு வழிபாடு தொடங்குவதை உத்தரவாதப்படுத்த வேண்டும் எனும் ஆணையுடன் சுல்தான் தனது அதிகாரிகளை அங்கு அனுப்பிவைத்தான்.

(P.B. Desai/Kalyana Inscription of Sultan Muhammad, Saka 1248/Epigraph-ialndica 32 (1957-58:165-168) Eaton p:111.

துக்ளாக் சுல்தானின் இசுலாமிய சட்ட விளக்கப்படி, இசுலாமிய ஆட்சியில் "ஜிஸ்யா" எனும் வரி கட்டுபவர்கள் எவர் ஒருவரும் கோவில்களைக் கட்டிக்கொள்ளலாம் என்பது நடைமுறைப்படுத்தப்பட்டது.

(Ibn Battuta/Travels in Asia and Africa 1324-1354)Eaton p:136.

துக்ளாக் சுல்தான் "முஸ்லிம் ஞானிகளோடு மட்டுமல்லாமல் இந்து யோகிகளுடனும் ஜினபிரபா சூரி எனும் சமண முனிவர்களிடனும் உரையாடல் நடத்தினான்." என்கிறார் அவனது வரலாற்றை எழுதிய பரணி. அதே சமயம் சில இசுலாமியர்களை எப்படி நடத்தினான்? பரணி கூறுகிறார்:

"........இறைத்தூதர்களின் மொழிகளும், புனித நூல்களில் உள்ள பிரகடனங்களும் அவனுக்கு ஒரு பொருட்டல்ல;முசல்மான்களை தண்டிப்பதும், மெய்யான நம்பிக்கையாளர்களை தீர்த்துக்கட்டுவதும் அவனுக்கு ஒரு வழக்கமாக , வெறியாக ஆகிப்போயிருந்தது."

(அருணன்/காலம்தோறும் பிராமணியம்/தொகுதி 2/பக்: 44)

இந்துக்களை அரவணைத்த துக்ளாக் சுல்தான் இசுலாமிய மதவாதிகளைத் தண்டிக்கவும் தவறவில்லை என்பது தெளிவாகிறது. துக்ளாக் காலத்தில் நடந்த ஒரு சுவையான சம்பவத்தை இபின் பாதுதா குறிப்பிடுகிறார். இந்து ஒருவர் தனக்கு அநீதி நடந்துவிட்டது என துக்ளாக் சுல்தான் மீதே வழக்கு தொடர்ந்தார். வழக்கை விசாரிக்கும் காஜி முன்பு சுல்தான் தோன்றவேண்டி இருந்தது. ஆயுதம் எதுவும் இல்லாமல், காலணிகள் இல்லாமல், வெறும் கால்களோடு சுல்தான் காஜி முன்பு தோன்றினான். தான் சுல்தானாக இருந்தாலும் குற்றம் சாட்டப்பட்டவன் என்பதால், தான் வரும் பொழுது காஜி தனக்கு மரியாதை செய்ய வேண்டியதில்லை என்றான். விசாரணையின் முடிவில் சுல்தான் குற்றவாளி எனவும், சுல்தான் வழக்கு தொடர்ந்த இந்துக்கு நட்டாடு தரவேண்டும் எனவும் காஜி தீர்ப்பு கூறினார். அதனை ஏற்றுக்கொண்ட சுல்தான் நட்ட ஈடு தந்தான். இத்தகைய சுல்தான் இந்துக்களின் கோவில்களை பாதுகாத்ததில் என்ன ஆச்சர்யம் உள்ளது?(அருணன்/காலம்தோறும் பிராமணியம்/ தொகுதி2/பக்:46)

1355-73ம் ஆண்டுகளுக்கிடையே காஷ்மீரை ஷிஹாப்அல்தின் எனும் சுல்தான் ஆண்டான். அவன் ஆட்சிக்காலத்தில் ஒரு முறை நிதி நெருக்கடி ஏற்பட்டது. சுல்தானுக்கு ஒரு பிராமணர் அமைச்சராக இருந்தார். அவர் நிதி நெருக்கடியை சமாளிக்க காஷ்மீர் பகுதியில் கோவில்களில் உள்ள தங்கம் மற்றும் வெள்ளியாலான இந்துக் கடவுள் சிலைகளையும், புத்தர் சிலைகளையும் உருக்கி அதனைக் கொண்டு நெருக்கடியை தீர்க்கலாம் என்று ஆலோசனை கூறினார். இதனை சுல்தான் நிராகரித்தது மட்டுமல்ல; இந்த ஆலோசனையைக் கூறிய அமைச்சரைக் கடுமையாக கடிந்து கொண்டான். மேலும் அந்த சுல்தான் கூறுகிறான்:

"சில மன்னர்கள் சிலைகளை உருவாக்குவதால் புகழ் பெறுகின்றனர். சிலர் அச்சிலைகளை வணங்குவதால் புகழ்பெறுகின்றனர். வேறு சிலரோ அவற்றை பராமரிப்பதால் புகழ் அடைகின்றனர். ஆனால் வெகு சிலர் அவற்றை அழிப்பதால் புகழ் பெறுகின்றனர். அத்தகைய செயல் அவ்வளவு மகத்தானதா! கடலையும் நதிகளையும் படைத்ததால் சாகரன் புகழ் அடைந்தான். கங்கையை இந்த பூமிக்கு கொண்டுவந்ததால் பாகிரதன் புகழ் அடைந்தான். இந்திரனின் புகழ் கண்டு பொறாமை கொண்ட துஷ்யந்தன் உலகை வென்று புகழ் அடைந்தான். சீதையைக் கவர்ந்த இராவணனைக் கொன்று இராமன் புகழ் அடைந்தான்.

ஆனால் மன்னன் ஷாவதினா(ஷிஹாப்அல்தின்சுல்தான்) கடவுளின் சிலையை அழித்து புகழ் பெற முயன்றான் என பேசப்படும். எதிர்காலத்தில் இச்செயல் வெறுக்கவும் பயந்து நடுங்கவுமே பயன்படும். அது மரணத்திற்கு இணையான வேதனை கொண்டது."

S.L.Sadhu /Medieval Kashmir) Eaton p: 136.

இங்கு ஒரு நகைமுரண் இருப்பது வெளிப்படுகிறது. கடவுள் சிலைகளைப் பாதுகாக்க வேண்டியவர் என எதிர்பார்க்கப்படுகிற பிராமண அமைச்சர் கடவுள்களை உருக்கி அழித்துவிடலாம் என ஆலோசனை வழங்குகிறார். கடவுள் சிலைகளை அழித்தவர்கள் என குற்றம்சாட்டப்படுகிற சுல்தான் மன்னன் அதனை கடுமையாக எதிர்க்கிறான். இந்த சுல்தான் கடவுள் சிலைகளை அழிக்கக்கூடாது என கோட்பாடு கொண்டிருந்தான் என்பது மட்டுமல்ல; இந்து இதிகாசங்களை அறிந்து வைத்திருந்தான். அவற்றின் மீது மிகுந்த மரியாதை கொண்டிருந்தான் என்பதும் புலப்படுகிறது.

டெல்லியை 1489-1517ம் ஆண்டுகளில் சிகந்தர் லோதி எனும் சுல்தான் ஆண்டான். அவனுக்கு அவனுடைய நீதிமான்கள் கீழ்கண்டவாறு அறிவுரை வழங்கினர்:

"விக்கிரகங்கள் உள்ள பழைய கோவில்களை அழிப்பது சட்டத்திற்குப் புறம்பானது. பன்னெடுங் காலமாக நடைமுறையில் உள்ள புனிதநீராடல் போன்ற வழக்கங்களைத் தடைசெய்யும் அதிகாரம் உனக்கு இல்லை."

Nizamudeen Ahmed/Tabaqat-i-Akbari 1:386, Eaton: 136.

கஜனி முகம்மதுவின் படையெடுப்புகளும் அவன் அடித்த கொள்ளைகளும் கோவில் அழிப்புகளும் பெர்சிய ஆவணங்களில் விளக்கமாகவும் மிகைப்படுத்தியும் பதிவு செய்யப்பட்டுள்ளன. காலப்போக்கில் கஜனிமுகம்மது இசுலாமின் உன்னத தாரகை போலவும், இசுலாத்திற்காக போரிட்ட ஒரு மாவீரன் போலவும் ஒரு தலைசிறந்த களநாயகனாகவும் உருவகப்படுத்தப்பட்டான். அவன் இசுலாமிய மன்னர்களுக்கு ஒரு "முன் மாதிரி" எனவும், பின்னால் வந்த சுல்தான்கள் அவனைத் தவறாது பின்பற்ற வேண்டும் எனவும் பெர்சிய ஆவணங்கள் பதிவு செய்தன.

எனினும் 12ம் நூற்றாண்டிற்கு பின் வந்த சுல்தான்கள் மற்றும் முகலாய மன்னர்கள் கஜனிமுகம்மதுவை பின்பற்றவில்லை. குறிப்பாக அக்பர் போன்ற முகலாய மன்னர்கள் எப்படி கஜனிமுகம்மது செயல்களை மதிப்பீடு செய்தனர்?

அக்பரின் முதன்மை அமைச்சர் அபுல் ஃபசல், கஜனி முகம்மதுவை "சகிப்புத்தன்மையற்ற ஒரு மதவெறியன்" என சாடுகிறார். "இந்தியாவை இசுலாத்துடன் போருக்கு நிற்கிற ஒரு (கடவுளை) நம்பாதவர்களின் தேசம் என தவறாக புரிந்து கொண்டவன்" எனவும், கஜனியின் செயல்கள் "இரத்தக்களரியை ஏற்படுத்தியது" எனவும், அவனது செயல்கள் "மரியாதையையும் கவுரவத்தையும் அழித்தன" எனவும் "நியாயமும் நல்லதும் அழிக்கப்பட்டது"எனவும், அபுல் ஃபசல் கஜனி முகம்மதுவை கடுமையாக விமர்சிக்கிறார்.

(Abu'l-FazlAllamiA'in-I Akbarivol 3) Eaton p: 137.

அக்பர் காலத்திலும், அதற்குப் பிறகும் முகலாய மன்னர்கள் கோவில் பாதுகாப்பிற்கும் அதில் பணிபுரியும் பிராமணர்களின் பாதுகாப்பிற்கும் முன்னுரிமை அளித்தனர். கோவில்கள் அரசின் சொத்துக்களாக பராமரிக்கப்பட்டன. அவை அரசின் சொத்துக்கள் என்பதால் அவற்றை சேதப்படுத்துவது என்பது அரசை சேதப்படுத்துவதற்கு சமம் என்பது நிலைநாட்டப்பட்டது.

அக்பர் பேரரசன் தனக்குக் கீழ் பணிபுரிந்த இராஜபுத்திர தளபதிகள் தாம் எங்கு பணிபுரிந்தனரோ, அங்கு தம்முடைய கடவுள்களின் கோவில்களைக் கட்டிக்கொள்வதற்கு தாராளமாக அனுமதி அளித்தான். (Catherine B. Asher "The architecture of Raja Man Singh: A study of sub Imperial patronage) Eaton p: 137.

1590-1735ஆம் ஆண்டுகளுக்கிடையே பூரி ஜெகநாதர் கோவிலில் விழா நடக்கும் பொழுதெல்லாம், முகலாய மன்னர்கள் பாதுகாப்பு அளித்தனர். முகலாய மன்னனின் "மன்சப்தார்" எனும் அதிகாரிகள் ஒரு பெரிய இரதத்தில் உட்கார்ந்த படியே கோவில் விழாவின் பாதுகாப்பை மேற்பார்வையிட்டனர். எவ்வித அசம்பாவிதமும் நடக்காதவாறு உத்தரவாதப்படுத்தினர். (P.Acharya/ Burton's Account of Cuttack and Puri"/Orissa Historical Research Journal 10. Eaton p: 137.

இதே அணுகுமுறைதான் அவுரங்கசீப் காலத்திலும் நடைமுறைப்படுத்தப்பட்டது. இது ஆச்சர்யமாக இருக்கலாம்; ஆனால் உண்மை. கஜனிமுகம்மதுவிற்குப் பிறகு ஒரு சர்ச்சைக்குரிய இசுலாமிய மன்னனாக இருந்தவன் அவுரங்கசீப். காசி மற்றும் மதுரா உட்பட பல கோவில்கள் இடித்திட ஆணை பிறப்பித்ததால் அவுரங்கசீப் இந்துக்களின் பெரிய எதிரியாக சித்தரிக்கப்பட்டான். எனினும், கோவில்களைப் பாதுகாப்பதில் அவனுக்கு முந்தைய முகலாய மன்னர்களின் அணுகுமுறையையே அவுரங்கசீப் கடைபிடித்தான் என்பதை வரலாற்று ஆவணங்கள் கூறுகின்றன.1659ம் ஆண்டு அவுரங்கசீப் கீழ்கண்ட ஆணையை பனாரஸ் (இன்றைய வாரணாசி) அதிகாரிகளுக்கு பிறப்பித்தான்:

"பனாரஸ் மற்றும் அதன் அருகில் உள்ள பல இடங்களில் அங்குள்ள பழைய கோவில்களை பாதுகாக்கும் பிராமணர்கள் உட்பட பல இந்து மக்கள் வெறுப்பு மற்றும் ஆத்திரம் காரணமாக பலரால் துன்புறுத்தப்படுகிறார்கள் என சமீப காலமாக நமது சபைக்கு தகவல் வந்துள்ளது. அவ்வாறு துன்புறுத்துபவர்கள் பிராமணர்களை கோவில்களின் பொருப்பிலிருந்து அகற்றிட விரும்புகின்றனர். இது அவர்களிடையே மிகுந்த மனவேதனையை ஏற்படுத்தியுள்ளது. எனவே இந்த ஆணை கிடைத்தவுடன் நீங்கள் அங்கு எவர் ஒருவரும் சட்டத்திற்குத் புறம்பாக பிராமணர்களுக்கோ அல்லது ஏனைய இந்துக்களுக்கோ துன்புறுத்தல் தருவதை தடுக்க வேண்டும். பிராமணர்களும் ஏனைய இந்துக்களும் அவர்களின் பழைய பாரம்பர்ய இடத்திலேயே வசித்து நமது பேரரசு தொடர்ந்திட பிரார்த்திப்பதை உத்தரவாதப்படுத்திட வேண்டும்."

(Journal of Asiatic Soceity of Bengal 689-90.Order to AbulHasan in Benares dated Feb. 28 , 1659.)Eaton p: 137.

இந்த ஆணையை நியாயப்படுத்தும் வகையில் அவுரங்கசீப் மேலும் கூறுகிறான்:

"புனித (இசுலாமிய) சட்டப்படியும் உயர்ந்த நம்பிக்கை மற்றும் நடைமுறைப்படியும் பழைய கோவில்களை தகர்க்கக்கூடாது என நிலைநாட்டப்பட்டுள்ளது."

எனினும், இந்த ஆணையில் இறுதி வாக்கியம் கீழ்கண்டவாறு உள்ளது:

"புதிய கோவில்களும் கட்டப்படக்கூடாது". ஒரு புறம் பனாராசில் உள்ள இந்துக்களும் பிராமணர்களும் பாதுகாக்கப்பட வேண்டும் எனவும், கோவில்கள் இடிக்கப்படக்கூடாது எனவும் ஆணையிடும் அவுரங்கசீப், மறுபுறத்தில் புதிய கோவில்கள் கட்ட தடைவிதிக்கிறான். இந்த தடை பனாரசுக்கு மட்டுமே! ஏனெனில் இதர பல பகுதிகளில் அவுரங்கசீப் ஆட்சியின் கீழ் பல புதிய கோவில்கள் கட்டப்பட்டன. (Eaton/Rise of Islam p: 184-85,263.)

தன் ஆட்சியின்கீழ் மற்ற பகுதிகளில் கோவில்களைக் கட்ட அனுமதித்த அவுரங்கசீப், பனாரசில் மட்டும் அதற்கு தடைவிதிக்க காரணம் என்ன? 10 ஆண்டுகளுக்குப் பிறகு நடைபெற்ற நிகழ்வுகள் இக்கேள்விக்குப் பதில் அளித்தன.

கப்பம் கட்டும் மன்னர்களும்
அவர்களது கோவில்களும்

கோவில்களுக்கும் மன்னனுக்கும் இடையே நிலவி வந்த ஆன்மிக மற்றும் அரசியல் உறவு, போர்க் காலங்களில் மிக முக்கியத்துவத்தை பெற்றது. தோற்ற மன்னனின் உயிர், உடைமைகள், பெண்கள் எப்படி ஆபத்திற்கு உள்ளானார்களோ அப்படி கோவிலும் ஆபத்திற்கு உள்ளானது. மன்னனுக்குச் சொந்தமான கோவில் ஆபத்திற்கு உள்ளானாலும், ஏனைய கோவில்கள் பாதுகாப்பாக இருந்தன. கோவில் ஒரு அரசியல் சின்னமாக இருந்ததால் அது மன்னனின் பல்வேறு அரசியல் இயக்கங்களுக்குத் தளமாகவும் இருந்தது. தோற்ற மன்னன் தனது அரசியல் அதிகாரத்தை மீண்டும் பெறாமல் இருக்க அரசியல் தளமாக செயல்படும் கோவில் முடக்கப்படுவது அல்லது அழிக்கப்படுவது அவசியமான போர் நியதியாக இருந்தது.

இந்த முக்கியமான அம்சம் எவ்வளவு தோற்ற மன்னனுக்கு பொருந்துமோ, அவ்வளவு கப்பம்கட்டும் மன்னனுக்கும் பொருந்தியது. கப்பம்கட்டும் மன்னன் போருக்கு முன்போ அல்லது பின்போ சரணடைந்து வென்ற இசுலாமிய மன்னனுக்கு கீழ்படிய ஏற்றுக்கொண்டால் அவனது கோவில் அழிக்கப்படுவது இல்லை. கோவில் அரசியல் தளமாக இருந்தது. கப்பம் கட்டும்மன்னன் கலகம் செய்வதற்குத் திட்டமிடவும், படைகளைத் திரட்டிடவும் கோவில் தளமாக செயல்பட்டது. எனவே அந்த குறிப்பிட்ட மன்னன் பிற்காலத்தில் மன்னனுக்கு எதிராக கலகம் விளைவித்தால்

அந்த மன்னன் தண்டிக்கப்பட்டான். சில சமயங்களில் துரோகம் விளைவிக்கும் அளவிற்கு குற்றம் புரிந்திருந்தால் அவன் மரண தண்டனை பெற்றான். அத்தகைய சூழல்களில் கலகம் விளைவித்த மன்னனின் கோவிலும் தண்டனைக்கு உள்ளானது. கீழ்ப்படியும் மன்னன் கலகம் அல்லது துரோகம் விளைவித்தால் அவன் தண்டிக்கப்படும் பொழுது அவனது கோவிலும் தண்டிக்கப்பட்டது. அதாவது அழிக்கப்பட்டது.

1478ம் ஆண்டு கொண்டப்பள்ளி கோட்டை (இன்றைய ஆந்திரா) பாமினி சுல்தான்கள் வசம் இருந்தது. கோட்டையிலிருந்த இராணுவதளம் சுல்தான்களுக்கு எதிராக கலகத்தில் ஈடுபட்டு கவர்னரைக் கொன்றது. கோட்டை பீம்ராஜ் ஒரியா எனும் மன்னனிடம் ஒப்படைக்கப்பட்டது. பீம்ராஜ் ஒரியா பாமினி சுல்தான்களுக்கு கீழ்ப்படியும் மன்னன் ஆவான். அவன் சுல்தான்களை மீறியதால் சுல்தான் படைகள் கோட்டையை முற்றுகையிட்டன. மகமது ஷா எனும் பாமினி சுல்தான் தானே தலைமை தாங்கினான். ஆறுமாதகால முற்றுகைக்கு பிறகு, சுல்தானின் படைகள் கோட்டைக்குள் புகுந்தன. மன்னனைத் தோற்கடித்த சுல்தானின் படைகள் அந்த மன்னனுக்குச் சொந்தமான கோவிலை அழித்துவிட்டு மசூதி உருவாக்கினர்.

1659ம் ஆண்டு பீஜப்பூர் நகரம் சுல்தான்கள் வசம் இருந்தது. பல மராட்டிய வீரர்கள் சுல்தான்களின் விசுவாசம் மிக்க தளபதிகளாக இருந்தனர். அவர்களில் ஒருவர் ஷாஹாஜி. இவர் பின்னாளில் மராட்டிய அரசை நிறுவிய சிவாஜியின் தந்தை. சிவாஜி பீஜப்பூர் சுல்தான்களிடம் மோதி பீஜப்பூரை கைப்பற்றுவது என முடிவு செய்தான். அதன் முதல் படியாக கொங்கணக் கடற்கரையோரம் இருந்த துறைமுகத்தைக் கைப்பற்றினான். இது வணிகத்தை கடுமையாக பாதித்தது. எனவே, சுல்தான் ஆதில்ஷா சிவாஜியிடமிருந்து துறைமுகத்தை மீட்கப் போரில் நிபுணத்துவம் பெற்ற தளபதி அப்சல்கான் தலைமையில் ஒரு படையை அனுப்பினான். அப்சல்கான் படை போருக்கு முன்பு சிவாஜியின் சொந்த ஊரான துல்ஜாபூருக்கு சென்று அங்கு சிவாஜியின் கடவுளான பவானி அம்மன் கோவிலை அழித்துவிட்டு போர்க்களத்திற்கு சென்றது.

போருக்கு முன்பு பேச்சுவார்த்தையில் அப்சல்கான் கொல்லப்பட்டான். பேச்சு வார்த்தையில் வஞ்சகத்தை கடைபிடித்தது யார்? சிவாஜியா? அப்சல்கானா? என்பது குறித்து இரு வேறு கருத்துகள் நிலவுகின்றன. அப்சல்கான் ஒரு சிறந்த போர் வீரன் என்பதும், தனது அரசியல் நோக்கத்திற்காக எதுவும் செய்யும் அணுகுமுறை சிவாஜிக்கு இருந்தது என்பதும் வரலாற்று உண்மை!

எனினும் அப்சல்கானின் உடலை ஒரு வீரனுக்குரிய மரியாதையோடு சிவாஜி அடக்கம் செய்தான் என்பது தனி வரலாறு.

1635ல் ஷாஜஹான் முகலாய மன்னனாக இருந்தபொழுது அவன்கீழ் ராஜா ஜஜார் சிங் எனும் புகழ்பெற்ற போர் வீரன் தளபதியாக இருந்தான். அவன் முகலாய மன்னனுக்கு எதிராகத் திரும்பினான். இதனால் மன்னனுக்கும் தளபதிக்கும் விரோதம் வளர்ந்தது. இதன்காரணமாக, முகலாய மன்னன் தளபதி குடும்பத்திற்கு சொந்தமான புகழ்பெற்ற ஆர்ச்சா கோவிலை அழித்தான்.

1669ம் ஆண்டு ஒளரங்கசீப் ஆட்சியில் பனாரசில்(வாரணாசி) முகலாய மன்னனுக்கு எதிராக கலகம் விளைவிக்க ஏற்பாடுகள் நடந்தன. இதற்கு முயற்சி செய்வது சில நிலப்பிரபுக்கள் என்பதும் மன்னன் பெற்ற உளவுத்தகவல். இதே நிலப்பிரபுக்கள்தான் சிவாஜியை முகலாய மன்னின் சிறையிலிருந்து தப்ப உதவியவர்கள். இதில் முக்கியபங்கு வகித்தது ஜெய்சிங். ஜெய்சிங்க்கின் குடும்பம்தான் வாரணாசியின் பிரசித்தி பெற்ற விஸ்வநாதர் கோவிலைக் கட்டியது. ஜெய்சிங் தனது எதிரியான சிவாஜிக்கு உதவியதால், விஸ்வநாதர் கோவிலை ஒளரங்கசீப் அழித்தான்.

1670ம் ஆண்டில் மதுராவிலும் ஒளரங்கசீப் ஆட்சிக்கு எதிராக கலகம் தோன்றியது. சுன்பி பிரிவு இசுலாமியர்களும் மதுராவில் உள்ள கேசவதேவன் கோவிலின் பண்டிதர்களும் இணைந்து இந்த கலகத்தை நடத்துவதாக மன்னனுக்கு செய்தி சென்றது. எனவே ஒளரங்கசீப் படை மதுராவிற்கு விரைந்தது. கலகத்தை அடக்கிய ஒளரங்கசீப் படை கலகத்திற்கு கேசவதேவன் கோவிலின் பண்டிதர்களும் உதவியதால் அக்கோவிலை அழித்தான்.

பனாரஸ் மற்றும் மதுராவில் உள்ள இந்த இரண்டு கோவில்களும் ஒளரங்கசீப் பதவியேற்று 13 ஆண்டுகள் கழித்துதான் அழிக்கப்பட்டன என்பது கவனிக்கத்தக்கது. (SurendranathSinha/Subah of Alllahabad under Great Mughals)

இராஜஸ்தானில் ஒளரங்கசீப்பிற்கு கீழ்படிந்திருந்த பல மன்னர்கள் அவனுக்கு எதிராகக் திரும்பினர். இதன்காரணமாக 1679ல் அந்த மன்னர்களுக்குச் சொந்தமான கோவில்களை ஒளரங்கசீப் அழித்தான். இவற்றில் கண்டேலா கோவில்,ஜோத்பூர் கோவில்களும் அடங்கும். இசுலாமிய தளபதி இசுலாமிய மன்னனுக்கு துரோகம் செய்தால் என்ன ஆகும்?

இசுலாமிய தளபதி இசுலாமிய மன்னனுக்கு துரோகம் செய்தால் என்ன ஆகும்?

பஹா அல் தின் குர்ஷாஸ்ப், முகம்மது பின் துக்ளக் ஆட்சியில் இருந்த உயர் இராணுவ அதிகாரி! அவன் காம்பிலா மன்னனுடன் சேர்ந்து சுல்தானுக்கு எதிராக கலகம் செய்தான். அவனுடைய போதாத வேளை! அந்த கலகம் தோல்வியுற்றது. சுல்தானின் படைகள் இருவரையும் கைது செய்தன. இருவருக்கும் மரண தண்டனை விதிக்கப்பட்டது. ஆனால் அது இருவருக்கும் நிறைவேற்றப்பட்ட முறை வேறுபட்டிருந்தது.

காம்பிலா மன்னன் சுல்தானுக்கு ஆதரவாக இருந்ததே இல்லை! அவன் கலகம் செய்ததில் ஆச்சர்யமோ அதிர்ச்சியோ இல்லை. எனவே அவன் சிரச்சேதம் செய்யப்பட்டான். ஆனால் இசுலாமியத் தளபதிக்கு நிறைவேற்றப்பட்ட தண்டனைமுறை கொடூரமாக இருந்தது. பஹால்தின் சுல்தானின் தளபதி மட்டுமல்ல; மிகவும் நெருங்கிய உறவினனும் கூட!

பஹால்தினின் பெண் உறவினர்கள் அவன் மீது காரி உமிழ்ந்தனர். அவன் உயிரோடு இருக்கும் பொழுதே அவனின் தோல் முற்றிலுமாக உரிக்கப்பட்டது. தோல் இல்லாத உடலுடன் அவன் ஊர்வலமாக அழைத்துச் செல்லப்பட்டான். சுல்தானுக்குத் துரோகம் செய்யும் இசுலாமியத் தளபதிகளுக்கு என்ன கதி நேரும் என்பதை அனைவரும் அறிந்திடவும், பயத்தை ஏற்படுத்தவும் இந்த முறை கையாளப்பட்டது. பிறகு அவனுடைய உடல் துண்டுதுண்டாக வெட்டப்பட்டு யானைகளுக்குத் தரும் உணவுடன் கலந்து ஊட்டப்பட்டது. (Isami/Futuhu;s-Salatin /3:658-59) Eaton p:138. *இதனை பதிவு செய்த இசாமி அந்த யானைகள்கூட துரோகியின் உடல்கலந்த உணவை உண்ண மறுத்துவிட்டன என ஒரு புனைவையும் சேர்த்து பதிவு செய்கிறார். எனவே, சுல்தான் மன்னர்கள் தமக்குத் துரோகம் செய்பவர்களை தண்டிக்கும் பொழுது, தமது சொந்த மதத்தினரை கடுமையாக தண்டித்தனர்.*

மசூதிகள் அழிக்கப்பட்டனவா?

கோவில்கள் அழிக்கப்பட்டது போல மசூதிகளும் அழிக்கப்பட்டனவா அல்லது தாக்கப்பட்டனவா எனும் கேள்வி எழுகிறது. மசூதிகள் தாக்கப்பட்ட உதாரணங்கள் உண்டு. கமய் எனுமிடத்தில் சாளுக்கிய மன்னன் இசுலாமியர்களுக்கு (அவர்கள் அரேபிய இசுலாமியர்களாக இருக்கலாம்) மசூதியையும் ஜைனர்களுக்கு கோவில்களையும் கட்டிக்கொடுத்தான். சாளுக்கியர்கள் மீது படை எடுத்து அவர்களை பரமார மன்னர்கள் வென்ற பொழுது, சாளுக்கியர்களால் கட்டப்பட்ட மசூதிகளை பரமார மன்னனின் படைகள் அழித்தன. மசூதிகளுடன் சேர்த்து ஜைன கோவில்களும் அழிக்கப்பட்டன.

1697-98ம் ஆண்டில் இராஜஸ்தான் ஜெய்ப்பூர் மாவட்டத்தில் சுல்தான் மன்னன் ஷா சுபஸ் அலி கோவில் இருந்த இடத்தில் மசூதி கட்டினான். பின்னர் அந்தப் பகுதியில் இந்துக்கள் எண்ணிக்கை அதிகமான பொழுது மசூதி இடிக்கப்பட்டது. மீண்டும் முகலாய அரசன் ஃபருக் சியார் காலத்தில் மசூதி கட்டப்பட்டது. (Z.A. Deasi Published Muslim Inscriptions of Rajasthan /157) Eaton p: 138.

1680-ம் ஆண்டு அவுரங்கசீப் இராஜஸ்தான்மீது படையெடுத்த பொழுது உதயபூர் போன்ற இடங்களில் தனது எதிரி மன்னனுக்குச் சொந்தமான கோவில்களை அழித்தான். இதற்கு பதிலடியாக இராஜபுத்திர அரசன் பீம்சிங் அவுரங்கசீப்பின் கீழ் இருந்த குஜராத்தில் அகமாதாபாத்தில் இருந்த 30 சிறிய மசூதிகளையும் ஒரு பெரிய மசூதியையும் அழித்தான். (R.C. MAJUMDAR /THE MUGAL EMPIRE/351) Eaton p: 138.

இப்படி மசூதிகள் அழிக்கப்பட்ட உதாரணங்கள் உண்டு. எனினும் ஒப்பிடுகையில் அவை குறைவு! மத்திய காலத்தில் தோற்ற மன்னர்களின் கோவில்களை இந்து மன்னர்கள் அழித்தது போலவோ அல்லது இசுலாமிய மன்னர்கள் கோவில்களை அழித்தது போலவோ மசூதிகள் அழிக்கப்படவில்லை! உதாரணத்திற்கு பாமினி சுல்தான்களைத் தோற்கடித்து அவர்களது பிரதேசங்களை கைப்பற்றிய பொழுது சிவாஜி மன்னன் மசூதிகளைத் தாக்கவில்லை. அல்லது விஜயநகர மன்னர்கள் சுல்தான்களின் பிரதேசங்களைக் கைப்பற்றிய பொழுது மசூதிகளை தாக்கவில்லை. இன்னும் கூறப்போனால், விஜயநகர மன்னர்கள் இசுலாமியர்களுக்கு மசூதிகளைக் கட்டிக்கொடுத்தனர்.

மசூதிகள் தாக்கப்படாததற்கு என்ன காரணம்?

மத்திய காலத்தில் கோவில்களுக்கும் மசூதிகளுக்கும் ஒரு முக்கிய வேறுபாடு இருந்தது! சில குறிப்பிட்ட கோவில்கள் இந்து மன்னர்களின் ஆன்மீகச்சின்னம் மட்டுமல்ல; அவர்களின் ஆட்சி அதிகாரத்தின் அரசியல் சின்னமாக விளங்கின. எனவே வென்ற மன்னர்கள் தோற்ற மன்னர்களின் அரசியல் அதிகாரத்தின் அனைத்து வெளிப்பாடுகளையும் அனைத்து அரசியல் சின்னங்களையும் அழிப்பது எனும் போர் நியதிக்கு ஏற்ப கோவில்கள் அழிக்கப்பட்டன. இந்து மன்னர்களும் கோவில்களை அழித்தனர். இசுலாமிய மன்னர்களும் கோவில்களை அழித்தனர். ஏற்கெனவே குறிப்பிட்டது போல மன்னர்களுக்குச் சொந்தமான அல்லது அவர்களது குலதெய்வங்கள் உள்ள கோவில்கள் மட்டுமே அழிக்கப்பட்டன. ஏனைய நூற்றுக்கனக்கான கோவில்கள் செயல்பட்டன என்பது மட்டுமல்ல; பல சமயங்களில் இசுலாமிய மன்னர்கள் கோவில்களை பாதுகாத்தனர். கோவில்களுக்கு உதவினர்.

அதே சமயத்தில் மசூதி அரசியல் சின்னமாக இருந்திருக்கவில்லை. மசூதி ஆன்மிகச் சின்னமாக இருந்தது. ஆனால் அது அரசியல் சின்னமாக இருந்தது இல்லை. எந்தவொரு இசுலாமிய மன்னனும் மசூதியை தனக்கு அல்லது தனது குடும்பத்திற்குச் சொந்தம் கொண்டாடவில்லை. எனவே, இசுலாமிய மன்னர்களை வென்ற மன்னர்கள் அவர்கள் இசுலாமியர்களாக இருந்தாலும் அல்லது இந்துக்களாக இருந்தாலும் அவர்களின் அனைத்து அரசியல் சின்னங்களையும் அழித்தனர். எனினும் மசூதி அரசியல் சின்னமாக இல்லாத காரணத்தால் மசூதிகள் அழிக்கப்படவில்லை.

மத்தியகால மன்னர்களிடையே போர்

மத்திய கால மன்னர்களிடையே குறிப்பாக கஜனிமுகம்மது படையெடுப்பிற்கு பின் நடந்த போர்கள் அனைத்தும் இசுலாமிய மன்னர்களுக்கும் இந்து மன்னர்களுக்கும் இடையேதான் நடந்தது என சங்க்பரிவாரத்தின் பிரச்சாரம் செய்கின்றனர். இசுலாமிய மன்னர்கள் தம் மதத்தை பரப்பிடவும், இந்து மன்னர்கள் தம் மதத்தை பாதுகாத்திடவும் போரிட்டதாக சங்க்பரிவாரத்தினர் கூறுவது வாடிக்கை. அக்பர் - ராணாபிரதாப் போரையும், சிவாஜி அவுரங்கசீப் போரையும் சிறந்த உதாரணங்களாக முன்வைக்கப்படுகின்றன.

சில இசுலாமிய அமைப்புகளும் கூட அக்காலத்து சுல்தான்களும் முகலாயர்களும் இசுலாத்தை பரப்பிட போரிட்டனர் என பெருமையாக எண்ணுகின்றனர். உண்மை என்ன?

மத்தியகாலத்து போர்கள் மதத்தின் காரணத்தைவிட அரசியல் காரணங்களுக்காகவே நடந்துள்ளன. அலாவுதீன் கில்ஜி ஆட்சி செய்தபொழுது பல மங்கோலியர்கள் இசுலாமியர்களாக மாறினர். அவர்களில் ஒரு பிரிவினர் கில்ஜிக்கு எதிராக திட்டம் தீட்டினர். இதனை அறிந்த கில்ஜி அவர்களை பூண்டோடு கொன்றிட ஆணையிட்டான். கொல்லப்படும் மங்கோலியர்களின் உடமைகள் பெண்கள் உட்பட கொல்பவர்களுக்கே சொந்தம் என அறிவித்தான். பத்தாயிரக்கணக்கான இசுலாமியர்கள் கொல்லப்பட்டனர். ஒரு இசுலாமிய சுல்தான் தனது பதவியை காப்பாற்றிக்கொள்ள இசுலாமியர்களை கொன்றிட தயங்கவில்லை.

இதேபோல, கல்பியை ஆண்ட இசுலாமிய மன்னனுக்கு எதிராக ஒரு இந்து மன்னன் போரிட்ட பொழுது, ஜவுன்பூர் சுல்தான் தனது படைகளை இந்து மன்னனுடன் இணைத்துக்கொண்டு இசுலாமிய மன்னனுக்கு எதிராக போரிட்டான்.

விஜய நகர மன்னர்களுடன் போரிட்ட பல சுல்தான்களின் படைப்பிரிவுகளின் தலைவர்களாக இந்துக்கள் இருந்தனர். மறு புறத்தில் விஜயநகர மன்னர்களின் படைபிரிவுத் தளபதிகளாக இசுலாமியர்கள் இருந்தனர். ஒரு இசுலாமிய சுல்தான் மற்றொரு சுல்தானைத் தோற்கடிக்க இந்து விஜயநகர மன்னர்களுடன் கூட்டணி அமைத்திட தயங்கவில்லை.

(அருணன்/காலம்தோறும் பிராமணியம்/தொகுதி2/பக்:72)

அவுரங்கசீப்புடன் பல இராஜபுத்திர மன்னர்களும் ஓரணியில் நின்றே மராட்டியர்களுக்கு எதிராக போரிட்டனர். அதாவது இந்து மராட்டியர்களுக்கு எதிராக, இந்து இராஜபுத்திர மன்னர்கள் இசுலாமிய மன்னன் அவுரங்கசீப்புடன் கை கோர்த்தனர். அதேபோல இந்து ஆம்பர் மன்னன் இசுலாமிய அக்பருடன் இணைந்து இந்து மன்னனான மகாராணா பிரதாப்புக்கு எதிராக போரிட்டான்.

பாபருக்கு எதிராக ராணாசங்கா போரிட்ட பொழுது, சுல்தான் முகம்மது லோடியும், ஹசன்கான் மேவாட்டியும் அவனுக்கு உதவினர். அதாவது, ராணா சங்கா எனும் இந்து மன்னன் பாபர் எனும் இசுலாமிய மன்னனுக்கு எதிராக போரிட்ட பொழுது இரண்டு இசுலாமிய மன்னர்களான சுல்தான் முகம்மது லோடியும், ஹசன்கான் மேவாட்டியும் இந்து மன்னனுக்கு உதவினர்.

இப்ராகிம் லோடியின் சகோதரன் மகம்மது லோடி ஹுமாயூனுக்கு எதிராக போரிட்டான். அப்பொழுது ஷெர்கான் மகம்மது

லோடியுடன் சேர்ந்து கொண்டான். ஒரு இசுலாமிய மன்னன் ஒரு இந்து மன்னனின் துணையோடு, இன்னொரு இசுலாமிய மன்னனுடன் போரிட்டான்.

(அருணன்/காலம்தோறும் பிராமணியம்/தொகுதி2/பக்:266)

மேற்கண்ட கூட்டணியின் காரணமாக ஹுமாயூன் துரத்தப்பட்ட பொழுது, ராணாபுருஷோத் எனும் இந்து மன்னன்தான் அவனுக்கு ஆதரித்து அடைக்கலம் அளித்தான். அது மட்டுமல்ல; ஹுமாயூன் நிறைமாத கர்ப்பிணியாக இருந்த தனது மனைவியை ராணாபுருஷோத் அரண்மனையில் ஒப்படைத்துவிட்டுதான் படை திரட்டச் சென்றான். ஹுமாயூன் மனைவி இந்து மன்னனான ராணாபுருஷோத் அரண்மனையில்தான் ஆண்குழந்தையை ஈன்றாள். அக்குழந்தைதான் அக்பர் சக்கரவர்த்தி!

(அருணன்/காலம்தோறும் பிராமணியம்/தொகுதி2/பக்:270)

1581-ம் ஆண்டில் அக்பர் பல உள்நாட்டு கலகங்களைச் சந்தித்தான். இந்தக் கலகங்களில் ஈடுபட்டது பெரும்பாலும் இசுலாமியக் தளபதிகள்தான்! இக்கலகங்களுக்குக் காரணம் என்ன? அக்பரின் மதச்சீர்திருத்தங்களை விரும்பாத இசுலாமிய பழமைவாதிகள் இக்கலகங்களை தூண்டிவிட்டனர். எனினும், இவற்றை அக்பர் அடக்கினான்.

ஷாஜகான் தனது ஆட்சிக் காலத்தில் பல கலகங்களைச் சந்தித்தான். இக்கலகங்கள் செய்ததில் பலரும் இசுலாமிய சுல்தான்கள் ஆவர்.

இந்து மதத்தைக் கட்டிக்காத்த பெரும் வீரன் சிவாஜி என்கின்றனர் சங் பரிவாரத்தினர். ஆனால் அந்த சிவாஜி இசுலாமிய மன்னனான அவுரங்கசீப்பை எதிர்த்திட ஆங்கிலேயர்களுடன் கூட்டு வைக்கத் தயாராக இருந்தான். ஜாதுநாத் எனும் வரலாற்றாசிரியர் குறிப்பிடுகிறார்:

"இரண்டு ஆங்கிலேயே ஏஜண்டுகள் சிவாஜியைப் பார்க்க வந்தார்கள். துணிகள், கத்திகள் போன்ற பரிசுப் பொருட்களை கொண்டு வந்தனர். சிவாஜி அவர்களை அன்போடு வரவேற்றான். அவர்களது தோளில் கை போட்டுக்கூறினான்; நானும் ஆங்கிலேயர்களும் நண்பர்கள். அவர்களுக்கு தீங்கு எதுவும் செய்ய மாட்டேன்" வெளிநாட்டு சக்திகளுடன் கைகோர்த்த சிவாஜிதான் சங்பரிவாரத்திற்கு, குறிப்பாக; சிவசேனாவுக்கு மிகப்பெரிய தேச பக்தன்!

அவுரங்கசீப்பின் மகன் இரண்டாம் அக்பர் தந்தையின் பாதை தவறானது எனக் கருதினான். இராஜபுத்திரர்களுடன் இணக்கமான

கொள்கைகளைக் கடைபிடித்தான். 1681-ல் அவர்களுடன் சமரசம் செய்து கொண்டு, தன்னை சக்கரவர்த்தி என அறிவித்துக்கொண்டான். மகன் மீது கடும் கோபம் வந்தது அவுரங்கசீப்புக்கு! தனது மகனுக்கு எதிராக தானே படை திரட்டிச் சென்றான். அப்போது இரண்டாம் அக்பர் எங்கு தஞ்சம் புகுந்தான் தெரியுமா? சாம்பாஜியிடம்! ஆம்! சிவாஜியின் மகனான சாம்பாஜியிடம்தான் இரண்டாம் அக்பர் தஞ்சம் புகுந்தான். இரண்டாம் அக்பருக்காக சாம்பாஜி அவுரங்கசீப்பிடம் மோதினான்.

இப்படி வரலாற்றில் பல உதாரணங்களை பட்டியலிட முடியும். அந்த கால கட்டத்தில் நடந்த போர்கள் மதத்தின் காரணத்தைவிட அரசியல் காரணங்களுக்காகவே நடந்துள்ளன. இதற்கு மத முலாம் பூசுவது பொருத்தமாக இருக்காது.

இந்துப் பழக்கங்களை கடைபிடித்த சுல்தான்களும், சுல்தான்களைப் பின்பற்றிய இந்து மன்னர்களும்!

கோவில் இடிப்புகள் பற்றிய செருத்துகள் பெரும்பாலும் பெர்சிய, துருக்கிய ஆவணங்களில் உள்ள பதிவுகள் அடிப்படையில் உருவாகியுள்ளன. ஆனால் இவை எந்த அளவிற்கு உண்மையைப் பிரதிபலித்தன என்பதை ஆய்வு செய்யாமலயே அப்படியே ஏற்றுக்கொள்ளப்பட்டன. பல சமயங்களில் இந்த ஆவணங்கள் சிறிது உண்மையையும், பெரிய அளவில் மிகைப்படுத்தப்பட்டதாகவும் இருந்தன.

இசுலாமிய மன்னர்கள் ஒரு பக்கத்தில் இந்த ஆவணங்களை அனுமதித்தனர். கோவில் இடிப்புகளும் இந்து மதத்திற்கு மாறாக இசுலாமை தாங்கள் நிறுவியது என்பதும் பதிவுசெய்யப்படுவதைத் தடுக்கவில்லை. மறுபுறத்தில் அவர்களது, ஆட்சிமுறை இதற்கு நேர்மாறாக இருந்தது. அவர்கள் அனைத்து மதத்தினரையும் அரவணைத்து ஆட்சி செய்தனர். இந்து மதத்தின் நடைமுறைகளை கைக்கொள்ளவும் செய்தனர்.

பாமினி பேரரசை நிறுவிய மன்னன் அலால்தின் ஹசன் பஹ்மன் ஷா ஆவான். இசாமி எனும் புலவர் தனது மன்னன் ஹசன் ஷாவிற்கு கீழ்கண்ட அறிவுரை வழங்குகிறான்:

" ஓ அறிவிற் சிறந்த மாமனிதனே! நீயும் நானும் இந்த தேசத்தில் இருக்கிறோம். விக்கிரகங்கள் உள்ள கட்டிடங்களை(கோவில்களை) மசூதிகளாக மாற்றிடவும் பெண்களையும் குழந்தைகளையும் அடிமைகளாக ஆக்கிடவும் வல்லமை படைத்தவர்களாகவும் உள்ளோம். இதற்கு மகம்மதுவின்(கஜனி)யின் மகிமை காரணம்

ஆகும். நீயும் அத்தகைய சாதனைகளை நிகழ்த்தினால் நாளை உனது செயல் வரலாறாக இருக்கும் "(Isami, Futuhu'sSalatin 1: 66-67) Eaton: p:120.

மன்னனது புகழ் பரவிட கோவில்களை அழிக்குமாறு புலவர் அறிவுரை வழங்கினாலும், மன்னன் அதனை ஏற்றுக்கொண்டதாகத் தெரியவில்லை. ஏனெனில் ஹசன் ஷா கோவில்களை அழித்ததாகவோ அல்லது கோவில்கள் இருந்த இடத்தில் மசூதிகள் கட்டியதாகவோ வரலாற்று சான்று இல்லை! மன்னனின் கவலை எல்லாம் தான் புதியதாக நிறுவிவரும் பேரரசின் அரசியல் உறுதித்தன்மை பற்றிய கவலையே அதிகமாக இருந்தது. பாமனி அரசர்கள் தமது பேரரசை முகம்மது பின் துக்ளக் போன்ற சுல்தான்களிடமிருந்துதான் கைப்பற்றினர். இந்து மன்னர்களிடமிருந்து அல்ல! அவர்களுக்கு உடனடியாக இந்து மன்னர்களிடமிருந்து அச்சுறுத்தலும் இருக்கவில்லை. எனவே கோவில்களை இடிக்கும் அல்லது அழிக்கும் தேவை அங்கு எழவில்லை.

பெர்சிய துருக்கிய ஆவணங்களில் உள்ள பதிவுகள் கோவில் இடிப்புகள் பற்றி விளக்கமாக பேசுகின்றன. ஆனால் இசுலாமிய மன்னர்கள் நடை முறைப்படுத்திய இந்து அரசியல் அல்லது ஆன்மிக செயல்களைப்பற்றி அவை குறிப்பிடுவது இல்லை. உதாரணத்திற்கு கங்கையின் புனித்தன்மையை போற்றிய இசுலாமிய மன்னர்கள் உண்டு. கங்கையின் புனித்தன்மையை அக்காலத்திய சாளுக்கிய மற்றும் ராஷ்ட்ரகூடா பேரரசுகள் மட்டுமல்ல; சோழ மன்னர்கள் கூட எப்படி மதித்தனர் என்பதை அனைவரும் அறிவர். இன்னும் சொல்லப்போனால், கி.மு.321ல் தோன்றிய மவுரிய அரசர்களின் காலத்திலிருந்தே கங்கையின் புனித்தன்மை போற்றப்பட்டது.

இதே வழியில் பல இசுலாமிய மன்னர்களும் கங்கையின் புனித்தன்மையை போற்றினர். 1327ல் முகம்மது பின் துக்ளக் மஹாராஷ்டிராவில் தவுலாதாபாத் எனும் இரண்டாவது தலைநகரை நிறுவிய பொழுது, 40 நாட்கள் பிராயணம் செய்து கொண்டுவரப்பட்ட கங்கையின் புனிதநீரைப் பயன்படுத்திய பிறகே புதிய தலைநகரைத் தொடங்கிவைத்தான். அதேபோல, வங்காளத்தை ஆண்ட சுல்தான்கள் தமது பதவியேற்பு விழாவின்பொழுது கங்காசாகரிலிருந்து கொண்டுவரப்பட்ட கங்கைநீரால் குளித்த பிறகுதான் பதவியேற்றுக் கொண்டனர். (Travels of Fray SebastinManrique by SebastinManrique 1:77) Eaton p: 139)

இத்தகைய செய்திகள் இசுலாமிய ஆவணங்களில் பதிவு செய்யப்படவில்லை. மாறாக்வேறு நாட்டவரின் ஆவணங்கள்தான் இதனை தெரிவிக்கிகின்றன.துக்ளக் சுல்தான் கங்கை நீரை பயன்படுத்தியது ஒரு அரேபிய பயணியின் குறிப்புகளிலிருந்தும்

வங்காளத்தை ஆண்ட சுல்தான்கள் கங்கை நீரைப் பயன்படுத்தியது போர்த்துகீசிய பயணியின் குறிப்புகளிலிருந்தும் கிடைக்கப்பெறுகிறது. இதோ போல முகலாய அரசன் ஷாஜஹானின் ஆணைக்கேற்ப அவனது தளபதி பூரி ஜெகநாதர் கோவில் விழாவிற்கு பாதுகாப்பு அளித்ததும், ஒரு ஆங்கிலேயப் பயணியின் குறிப்பிலிருந்துதான் கிடைக்கிறது.(Acharya, "Burton's account of Cutaack and Puri p:46) Eaton p:139.

இதே போல, விஜயநகரப் பேரரசைப் பற்றி பிராமண தத்துவவியலர்களால் சமஸ்கிருதத்தில் எழுதப்பட்ட ஆவணங்களில், விஜயநகர மன்னர்கள் துருக்கிய மிலேச்சர்களிடமிருந்து இந்து தர்மத்தை பாதுகாத்திட எப்படி அனைவரின் ஒற்றுமையை உருவாக்கினர் என்பதை விளக்குகின்றன. ஆனால் தமது ஆட்சிமுறையில் விஜயநகர மன்னர்கள் சுல்தான்களின் பல நடைமுறைகளைப் பின்பற்றினர். பட்டங்கள், உடைகள், இராணுவ அமைப்பு, கட்டிடக்கலை, பொருளாதாரம், அரசியல் ஆகியவற்றில் சுல்தான்களை பின்பற்றினர். இசுலாமியர்கள் அதிகமாக வாழும் பகுதிகளில் மசூதிகளை கட்டிக்கொடுத்தனர். இவையெல்லாம் சமஸ்கிருத ஆவணங்களில் பதிவு செய்யப்படவில்லை. மாறாக, வேறு ஆவணங்களின் மூலமாக இவை கிடைக்கின்றன.

(Sultan among Hindu kings by Philip B. Wagoner , Journal of Asian Studies 55 no.4) Eaton p: 139)

ஆகவே, மன்னர்களின் புகழை மிகைப்படுத்திப் பதிவுசெய்யும் ஆவணங்களை மட்டுமே அடிப்படையாகக் கொண்டு கருத்துகளை உருவாக்குவது அறிவியல் பூர்வமானது அல்ல என்பதையே இவை தெளிவுபடுத்துகின்றன.

மத ஒற்றுமையை பறைசாற்றிய சில நிகழ்வுகள்

கி.பி..1206ல் கோரி முகம்மது இங்கு ஆட்சி அமைத்த பொழுது நாணயங்களை வெளியிட்டான். அதில் பெண் கடவுள் இலட்சுமி உருவம் பொறித்த நாணயம் ஒன்றையும் வெளியிட்டான். தான் ஆட்சி செய்யும் மக்களில் பெரும்பான்மையோர் இந்துக்களாக இருப்பதால், அவர்களின் நன்மதிப்பைப் பெற்றிட, இவ்வாறு செய்யப்பட்டது என்பது தெளிவு. (The Coins of India/C.J. Brown/p:70)

1398ல் தைமூர் இந்தியாமீது படை எடுத்தான். தைமூர் சன்னி பிரிவு இசுலாத்தைச் சார்ந்த மன்னன். கஜினி முகம்மதுக்கு பிறகு இந்த பகுதியில் படையெடுத்து இரத்தச்சகதியை ஏற்படுத்தியவன். இவனது கொலை வெறி கஜனிமுகம்மதுவின் கொலை வெறிக்குச் சற்றும் சளைத்தது அல்ல.

தைமூர் எனும் இசுலாமிய மன்னனை எதிர்த்தது, இன்னொரு இசுலாமிய மன்னனான முகம்மது ஷா ஆவான். இந்த முகம்மது ஷாவின் தைமூருக்கு எதிரான போரில் பல இராஜபுத்திர இந்துக் குடும்பங்கள் தமது இன்னுயிரை அளித்தனர். இந்து போர் வீரர்களைப் பொறுத்தவரை, முகமம்து ஷா இந்த மண்ணின் மைந்தன். ஆனால் தைமூர் அன்னியன். இருவருமே இசுலாமியர்கள்தான் எனினும் ஒருவன் இந்த மண்ணின் காப்பாளன். இன்னொருவன் ஆக்கிரமிப்பாளன். இத்தகைய பிணைப்பு சுல்தான்களுக்கும் இந்துக்களுக்கும் இடையே இருந்தது. (அருணன்/காலம்தோறூம் பிராமணியம்/தொகுதி 2/பக்: 58)

இதே தைமூரிடம் ஜம்முவின் இந்து மன்னன் சிறைப்பிடிக்கப்பட்ட பொழுது, தன்னை, கொல்லாமல்விட்டால் தான் இசுலாத்துக்கு மாறுவதாக கெஞ்சினான். தைமூரும் அவன் மதம் மாறிய பிறகு உயிர்ப்பிச்சை அளித்தான். (அருணன்/காலம்தோறூம் பிராமணியம்/ தொகுதி 2/பக்: 64)

வரலாறுதான் எத்தகைய ஒப்பீட்டை முன்வைக்கிறது. முகம்மது ஷா எனும் இசுலாமிய மன்னன் தைமூர் எனும் இன்னொரு இசுலாமிய மன்னனுக்கு எதிராக போரிட்டு தப்பி ஓடி பின்னர் வாரிசு இன்றி உயிரை இழக்கிறான். அவனுக்கு ஆதரவு தெரிவித்து இந்து இராஜபுத்திர தளபதிகளும் வீரர்களும் மடிகின்றனர். ஆனால் ஒரு இந்து அரசனோ தைமூரிடம் உயிர்ப்பிச்சை பெறுவதற்காக இசுலாத்துக்கு மாறுகிறான்.

முகம்மது துக்ளக்கிற்குப் பிறகு ஆட்சிக்கு வந்த சுல்தான் ஃபெரோஷ் ஷா என்பவன். இவனின் தாய் ஒரு இந்து என்பது குறிப்பிடத்தக்கது.

அக்பருக்கு 20 வயது இருக்கும்பொழுது ஆம்பரை ஆண்ட இராஜபுத்திர மன்னன் பிகாரிமால் தனது மகளை அக்பருக்கு மணமுடிக்க முன்வந்தான். அதனை அக்பரும் ஏற்றுக்கொண்டான். இராஜபுத்திர மன்னனுக்கு தனது பகுதியை அக்பரிடமிருந்து காத்துக்கொள்ளும் நோக்கம் இதில் இருந்தது. அக்பருக்கோ பரந்த இந்துக்களின் ஆதரவை பெற்றிட இந்த திருமணம் உதவிடும் எனும் நோக்கம் இருந்தது. அதனால்தான் பிகாரிமாலின் மகன் பகவன்தாஸ் மற்றும் மான்சிங் ஆகியோரைத் தனது அரசவையில் உடனடியாக இணைத்துக்கொண்டான்.

பின்னாளில் ஜஹாங்கீர் என அழைக்கப்பட்ட சலீமின் தாய் ஒரு இந்து இராஜபுத்திரப் பெண். சலீமின் முதல் மனைவி மான்பாய். இவள் ஜெய்ப்பூர் இராஜபுத்திர மன்னனின் மகள். இவர்களது திருமணம் இந்து மற்றும் இசுலாம் ஆகிய இரு முறைப்படியும் நடந்தது என்பது குறிப்பிடத்தக்கது.

பின்னாளில் ஷாஜகான் என அறியப்பட்ட குர்ரத்தின் தாயும் ஒரு இந்து இராஜபுத்திர பெண்தான். இவள் மோட்டா ராஜா உதயசிங்கின் மகள். ஷாஜகானுக்கு தாராஷுகோ, ஷாஷுஜா, அவுரங்கசீப்,முராத்பக்ஷ். எனும் நான்கு புதல்வர்கள் இருந்தனர். இதில் தாராஷுகோ இந்து மதத்தின்மீதும் பெரும் மதிப்பு வைத்திருந்தான். இந்து மற்றும் இசுலாமிய மதங்களின் இடையே இருந்த பொது உண்மைகளை அறிய விரும்பினான். இதில் அவன் தனது முப்பாட்டன் அக்பரின் பாதையைக் கடைப்பிடித்தான்.

(அருணன்/காலம்தோறும் பிராமணியம்/தொகுதி 2/பக்:300)

திப்புவும் மத ஒற்றுமையும்!

மதஒற்றுமையைக் கடைபிடித்த இசுலாமிய சுல்தான்களில் அக்பருக்கு இணையாகக் குறிப்பிடப்படவேண்டியவன் திப்பு சுல்தான் எனில் மிகை அல்ல!

திப்பு எப்போதுமே ஜாதிமதம் பாராமல் அவரவர் திறமைக்கு ஏற்ற பதவிகளை அளித்தான். பூர்ணய்யாவும், கிருஷ்ணாராவும் திவான் என்ற முக்கிய பதவியில் இருந்தனர். காவல்துறையின் ஒற்றர் பிரிவிற்குத் தலைவராக ஷாமா அய்யங்காரும், வரிவசூல் துறையின் பொருளாளராக சுப்பாராவும் இருந்தனர். அரசுமுறைத் தூதர்களாகச் சென்றவர்களில் அப்பாஜி, சீனிவாசராவ் முக்கியமானவர்கள். முல்சந்தும் சுஜன்ராயும் திப்புவின் அரசவையில் முக்கிய அதிகாரிகளாக இருந்தனர்.

பிரெஞ்சுக்காரர்கள் கேட்டுக் கொண்ட தற்கிணங்க மைசூரில் முதன் முதலாக தேவாலயம் ஒன்றை திப்பு கட்டிக்கொடுத்தான். திப்புவின் ஆதரவால் சீர்பெற்று விளங்கிய திருக்கோயில்களில் முதன்மையானது ஸ்ரீரங்கநாதர் கோயிலாகும். திப்புவின் மாளிகையான பட்டன் மஹாலுக்கும் இந்தக் கோயிலுக்கும் இடையில் 200அடி தூரம்கூட இருக்காது. அக்கோயிலில், திப்புவின் பெயரைத் தாங்கிய, பிரசாதம் வைக்கும் வெள்ளிப் பாத்திரங்கள் ஏழும், பல தீபத் தட்டுக்களும், உளதுவத்தி நிலைப்புத் தண்டுகளும் இருப்பதை இன்றும் காணலாம். (மைசூர் ஆர்க்கியலாஜிகல் சர்வே, அறிக்கை, 1912. பக்கம் 2). ஒருமுறை இந்தக் கோயிலில் மணி அடிக்கவில்லை என்பதற்காக, அதன் தர்மகர்த்தாவை திப்பு கடிந்துகொண்டான்! ஒரு முஸ்லிம் ஆட்சியில், இந்துக் கோயில் சரியாகப் பராமரிக்கப்படவில்லை என்ற குற்றச்சாட்டு எழுந்துவிடக் கூடாது என்பதில் திப்பு கவனமாக இருந்தான். (திப்புவின் அரசியல், பக்கம் 203).

நஞ்சன்கூடு என்ற சிவத்தலத்தில் இருந்த திருநஞ்சுண்டேஸ்வரர் ஆலயத்துக்கு திப்பு வழங்கிய மரகத லிங்கம் முக்கியமானது. பளிச்சிடும் பச்சைக் கல்லால் ஆன அந்த லிங்கத்துக்கு 'பாதுஷா

லிங்கம்' என்றே பெயரிடப்பட்டுள்ளது! (மைசூர் ஆர்க்கியலாஜிகல் சர்வே, 1940, பக்கம் 23). திப்பு சுல்தான் தொடர்ந்து உதவிய 156 கோவில்களின் பட்டியலை மைசூர் கெசட்டின் ஆசிரியர் சிறீகந்தையா கொடுத்துள்ளார். சிருங்கேரி மடம் மராட்டிய படைகளால் தாக்கப்பட்டபொழுது, மடம் உதவி கேட்டது திப்புவிடம்தான். மடம் தாக்கப்பட்டதை வன்மையாகக் கண்டித்தது மட்டுமல்ல; ஏராளமான உதவிகளையும் மடத்திற்கு திப்பு அளித்தான். அந்த உதவி அவன் இறக்கும் வரை தொடர்ந்தது. (Annual Report of the Mysore Archaeological Department 1916 pp 10–11, 73–6)

சோமநாதாவிலிருந்து பலகுரல்கள்

சோமநாதர் கோவிலும், அதில் கஜனி முகம்மது அதன் விக்கிரகங்களை அழித்ததும் சில நூற்றாண்டுகளாகவே இந்து இசுலாமிய மக்களின் உறவைத் தீர்மானிப்பதில் மிகப்பெரிய பங்கை ஆற்றிவருகிறது எனில் மிகை அல்ல! இராமஜமன்ம பூமி பாபர் மசூதி பிரச்சனை மற்றும் குஜராத் கலவரங்களுக்கு இணையாக இப்பிரச்சனை இந்திய மக்களின் ஒற்றுமைக்கு சவாலாக விளங்குகிறது.

ஒரு புறத்தில் இந்து வகுப்புவாதிகள் சோமநாதர் கோவிலில் நடந்த நிகழ்வு இந்து மதத்திற்கு மிகப்பெரிய அவமானம் என பிரச்சாரம் செய்கின்றனர். சோமநாதர் கோவில் 11ம் நூற்றாண்டிலிருந்து திரும்பத்திரும்ப தாக்கப்பட்டதாகவும் 17ம் நூற்றாண்டு வரை இத்தாக்குதல் நீடித்தது எனவும் கூறுகின்றனர். இதற்கு வரலாற்று ஆதாரங்கள் உள்ளனவா? தொல்பொருள் ஆராய்ச்சி அத்தகைய சான்றுகளை வெளிக்கொணர்ந்துள்ளதா எனும் கேள்விகளுக்கு இவர்கள் பதில் அளிக்க தயாரக இல்லை!

மறுபுறத்தில் சில இசுலாமியக் குழுக்களால், கஜனி முகம்மது ஒரு மிகச் சிறந்த இசுலாமிய மதப்போராளியாக சித்தரிக்கப்படுகிறான். சோமநாதர் கோவிலை கஜனிமுகம்மது தாக்கியது மட்டுமல்ல; ஏராளமான இந்துக்களைக் கொன்றது மட்டுமல்ல; கஜனிமுகம்மது இஸ்மாலியிக்கள் மற்றும் ஷியா பிரிவு இசுலாமியர்களையும் கூட கொன்று குவித்தான் என்பதை இவர்கள் மறைத்துவிடுகின்றனர்; அல்லது அவற்றை நியாயப்படுத்துகின்றனர்.

உண்மையிலேயே சோம்நாதர் கோவில்மீது கஜனிமுகமம்துவின் தாக்குதல் 11ம் நூற்றாண்டிலிருந்தே இரு சமூகத்தாரிடையே உறவை சீர்குலைக்கும் ஒரு நிகழ்வாக இருந்து வருகிறதா? அல்லது பின்னாட்களில்தான் இது பிரச்சனையாக மாறியதா? அப்படியானால்

அவ்வாறு மாறியதற்கு காரணம் என்ன? சோமநாதர் கோவில்குறித்து ஒரு ஆவணம்தான் உள்ளதா? அல்லது பல ஆவணங்கள் உள்ளனவா? அவ்வாறு பல ஆவணங்கள் இருப்பின், அவை கஜனிமுகம்மதுவின் இத்தாக்குதல் குறித்து ஒரே குரலில் பேசுகின்றனவா அல்லது பல குரல்கள் ஒலிக்கின்றனவா? இவையெல்லாம் முன்வருகின்ற சில முக்கிய கேள்விகள் ஆகும்.

சோமநாதர் கோவில் பற்றிய ஒரு சுருக்கமான வரலாறு!

சோமநாதர் கோவில் 9 அல்லது 10ம் நூற்றாண்டில். கட்டப்பட்டிருக்க வேண்டும் என தொல்லியல் ஆராய்ச்சியில் தெரிய வந்துள்ளது. (B.K.Thapar: The temple at Somanatha: History by Excavation) Romila Thapar p:67.

இக்காலகட்டத்தில் இப்பகுதியை சாளுக்கியர்கள் அல்லது சோலாங்கி வம்சத்தினர் ஆண்டு வந்தனர். இப்பகுதியில் சைவ மதம், ஜைன மதம், இசுலாமிய மதம், புத்தமதம் ஆகியவை மக்களிடையே பரவியிருந்தன. சோமநாதாவில் வேராவல் எனும் துறைமுகம் இருந்தது. இது குஜராத்தின் மிகப்பெரிய மூன்று துறைமுகங்களில் ஒன்று! இத்துறைமுகம் மூலமாக வலுவான வணிகம் நடைபெற்று வந்தது. அரேபியா மற்றும் பெர்சிய துறைமுகங்களுடன் வணிகம் நடைபெற்றது. அச்சமயத்தில் விவசாயம் செழித்திருந்தாலும் விவசாயத்தைவிட வணிகம்தான் கூடுதலான வருவாயை ஈட்டியது. (V.K.Jain-Trade and Traders in Western India)

அரேபிய வணிகர்களும், கப்பல் மாலுமிகளும் மேற்கத்திய கடற்கரையோரத்தில் குடியேறினர். சில அரேபியர்கள் உள்ளூர் அரசர்களிடம் பெரிய பதவியில் அமர்ந்தனர். அவர்கள் உள்ளூர் பெண்களை மணந்து புதிய சமூக மக்களை உருவாக்கினர். ராஷ்ட்ரகூட அரசர்களின் ஆவணங்கள் இவர்களை தஜிக்கா ஆட்சியாளர்கள் அல்லது கவர்னர்கள் என தமது ஆவணங்களில் குறிப்பிடுகின்றனர். (Epigraphia India XXXII 47ff) Romilathapar p:67.

அதேபோல பெர்சியாவின் ஹோமர்ஸ் நகரில் இந்திய வணிகர்கள் குடியேறினர். அவர்கள் அங்குள்ள பெண்களை மணந்தனர் எனவும் ஆவணங்கள் குறிப்பிடுகின்றன. (Muhammaed Ufi- jami-ul-Hikayat) Romila Thapar p:67.

மேற்கு ஆசியாவிலிருந்து குதிரைகள், உலோகங்கள், துணி, மிளகு போன்ற காரச்சுவைப் பொருட்கள், ஒயின் போன்றவை இறக்குமதி செய்யப்பட்டன. எனினும் மிகவும் இலாபம் தந்த தொழில் குதிரை வியாபாரம்தான்! கோவில் நிதி கூட குதிரை வியாபாரத்தில் முதலீடு செய்யப்பட்டது எனவும், அதில் வந்த இலாபத்தை மீண்டும் மறு

முதலீடு செய்யப்பட்டது எனவும் சில ஆவணங்கள் குறிப்பிடுகின்றன. (Epigraphia Indica 1. 184 ff) Romila Thapar p: 68.

இந்த வணிகம் மட்டுமல்லாது மற்றொரு வருமானம் "யாத்ரீக வரி" ஆகும். சோமநாதர் நகர நிர்வாகம், அங்கு வரும் யாத்ரீகர்களிடமிருந்து இந்த வரி வசூல் செய்தது. குடசாமா, அபிஹார், யாதவா போன்ற உள்ளூர் சிறிய அரசர்கள் யாத்ரீகர்களிடமிருந்தும் வணிகர்களிடமிருந்தும் கொள்ளை அடிப்பதும் வழிப்பறி செய்வதும் தொடர்ச்சியாக நடந்துள்ளது. சாவ்டா எனும் உள்ளூர் சிறிய அரசர்கள் கடற்கொள்ளையில் ஈடுபட்டு வாணிகத்திற்கு இடையூறுகள் செய்துள்ளனர். இத்தகைய கொள்ளையர்கள் பாவரிஜ் என அழைக்கப்பட்டனர். இந்தக் கொள்ளைகளைத் தடுப்பது என்பதே சாளுக்கிய மன்னர்களுக்கு பெரும் சவாலாக இருந்தது. எனினும் குதிரை வணிகம் சக்கை போடுபோட்டது. (Alberuni's India/E.C. Sachau I. 208) Romila Thapar p:68.

குஜராத்தின் இந்தக் காலகட்டத்தை ஜைன வணிகர்களின் மறுமலர்ச்சிக் காலம் எனக்கூறினால் மிகையாகாது. வசதி படைத்த ஜைன வணிக சமூகங்கள் அரசியல் அதிகாரத்தில் இருந்தனர். நிதி அதிகாரங்களைத் தம் கட்டுப்பாட்டில் வைத்திருந்தனர். அன்றைய கலாசாரத்தின் ஆதரவாளர்களாக இருந்தனர். ஜைன அமைப்புகளுக்கு ஏராளமான நிதியை வாரி வழங்கினர். இவர்கள் கல்வி அறிவிலும் தேர்ச்சி பெற்றிருந்தனர். பலர் புலவர்களாகவும் நீதிமான்களாகவும் திகழ்ந்தனர். பல அற்புதமான கோவில்களையும் கட்டினர். இத்தகைய சோமநாத நகரின் பின்னணியில்தான் கஜனி முகம்மதுவின் கோவில் தாக்குதல் நடைபெற்றது.

கஜனி முகம்மதுவின் தாக்குதல்

கஜனி முகம்மதுவால் சோமநாதர் கோவில் 1026ம் ஆண்டு தாக்கப்பட்டது. இத்தாக்குதல் குறித்து 11ம் நூற்றாண்டின் பல பதிவுகள் இருந்தாலும், அல்பெருனியின் பதிவு பொருத்தமான ஒன்றாகத் திகழ்கிறது. அல்பெருனி மத்திய ஆசியாவைச் சார்ந்த ஒரு பெரிய கல்விமான். இந்தியாவின்மீது ஆழமான பற்று கொண்டவர். 11ம் நூற்றாண்டில் அவர் எதனையெல்லாம் கண்டு ஆய்வு செய்தாரோ அவற்றை பதிவு செய்துள்ளார்.

கஜனிமுகம்மதுவின் தாக்குதலுக்கு நூறு ஆண்டுகளுக்கு முன்பு கற்களாலான கோட்டை இருந்ததாகவும் அதன் நடுவில் லிங்கம் சிலை இருந்ததாகவும் எழுதுகிறார். கோவிலின் செல்வத்தைப் பாதுகாக்கும் நோக்கத்தில் இந்த லிங்கம் அமைக்கப்பட்டுள்ளது. இந்த லிங்கச் சிலை மாலுமிகளாலும், வணிகர்களாலும் மிகவும்

போற்றத்தக்கதாக இருந்தது என்பதையும் அல்பெருனி பதிவு செய்கிறார். அல்பெருனி கஜனி முகம்மதுவின் சோமநாதர் கோவில் தாக்குதல் மற்றும் ஏனைய பல தாக்குதல்கள் ஏற்படுத்திய பொருளாதார அழிவுகளையும் விளக்குகிறார். கஜனிமுகம்மதுவின் செயல்கள் பல விளைவுகளை உண்டாக்கியதாகவும் அல்பெருனி பதிவு செய்துள்ளார்.

இத்தாக்குதலை மிகவும் விரிவாகக் கூறுவது பெர்சிய துருக்கிய ஆவணங்கள்தான். ஆனால் அவை மிகைப்படுத்துவதாக மட்டுமல்ல; முரண்பாடுகளை கொண்டதாகவும் உள்ளன. ஃபருக்கி ஃப்ஸ்தானி எனும் பெர்சியர், தான் கஜனிமுகம்மதுவுடன் சோமநாதர் கோவிலுக்குச் சென்றதாகவும் சோமநாதர் கோவிலில் இருந்தது லிங்கம் சிலை அல்ல எனவும், அது மானட் சிலை எனவும் கூறுகிறார். மானட் என்பது மெக்காவில் இருந்த ஒரு பெண்கடவுளின் சிலை. இதனுடன், லாட் மற்றும் ஊஸ்ஸா எனும் சிலைகளையும் மக்கள் வழிபட்டு வந்தனர். இசுலாம் வேகமாக வளர்ச்சி அடைந்த பொழுது விக்கிரகங்கள் வழிபாடு கடுமையாக எதிர்க்கப்பட்டது. ஒரு கட்டத்தில் நபிகள் நாயகம் இந்த மூன்று சிலைகளையும் அழித்துவிட்டு வருமாறு கூறியதாகவும் லாட் மற்றும் ஊஸ்ஸா சிலைகள் அழிக்கப்பட்டதாகவும் மானட் மட்டும் தப்பித்து குஜராத்திற்கு கொண்டு செல்லப்பட்டதாகவும், அதுதான் சோம்நாதர் கோவிலில் இருந்ததாகவும் ஃபருக்கி ஃப்ஸ்தானி தனது துருக்கிய் பெர்சிய ஆவணத்தில் குறிப்பிடுகிறார். (F.Sistani in M.Nazim/The Life and times of Sultan Mahmud of Gazni,Cambridge 1931) Romila Thapar 69.

இந்தக் கூற்று உண்மை என்பதற்கு எவ்வித ஆதாரமும் இல்லை. பல பெர்சிய ஆவணங்கள் கூட இதனை ஏற்றுக்கொள்ளவில்லை. எனினும் கஜனி முகம்மதுவை இசுலாமிய போராளியாக சித்தரிக்கும் நோக்கம் இதில் உள்ளது. மானட் சிலையைக் கைப்பற்றுங்கள் எனும் முகம்மது நபிகள் நாயகத்தின் கட்டளையை நிறைவேற்றிய ஒரு தலைசிறந்த இசுலாமியப் போராளி கஜனி முகம்மது என சித்தரிக்கும் ஒரு முயற்சி உள்ளது. பெரும்பாலான பெர்சிய ஆவணங்கள் சோமநாதர் கோவிலை கஜனிமுகம்மது தாக்கிய நிகழ்வை மிகைப்படுத்திக் கூறுவதாகவே அமைந்துள்ளன. கஜனிமுகம்மதுவைப் புகழ்ந்தும், அவனை சன்னி பிரிவு இசுலாத்தை நிலைநாட்டிட முயன்ற போராளி எனவும் சித்தரிக்கின்றன. இந்த ஆவணங்களை மட்டுமே அடிப்படையாக வைத்து, சோமநாதர் கோவில் தாக்குதலை மதிப்பீடு செய்வது பொருத்தமாக இருக்காது.

எனினும், ஆங்கிலேய அரசு தன் சொந்த அரசியல் நோக்கத்திற்காக இந்த மதிப்பீடை தான் ஒரே குரலாக முன்வைத்தது. சில ஆங்கிலேய

வரலாற்றாசிரியர்களும் இதற்கு மிகப்பெரிய சேவை செய்தனர். இவர்களின் முக்கிய நோக்கம், ஒருபுறத்தில் இசுலாமியர்களின் கொடுங்கோன்மை ஆட்சியை ஒப்பிடும் பொழுது ஆங்கிலேயர்கள் ஆட்சி இந்தியர்களுக்கு மிகவும் மேலானது என நிலைநாட்டுவது. மறுபுறத்தில் இந்து இசுலாமியர்களிடையே ஒற்றுமையை சீர்குலைப்பது என இரு நோக்கங்கள் பிரிட்டஷாருக்கு இருந்தன. துரதிர்ஷ்டவசமாக இந்த மதிப்பீடுதான் இன்று இந்து - இசுலாமிய மக்களின் உறவை, தீர்மானிப்பதில் ஒரு முக்கிய பங்கை ஆற்றும் அளவிற்கு உள்ளது.

இசுலாமை நிறுவ எடுத்த முயற்சிகள் குறித்தும், விக்கிரகங்களை அழித்தது அல்லது கைப்பற்றியதுகுறித்தும் கஜனிமுகம்மது விரிவாக காலிஃப்பிற்கு எழுதினான். இதற்காக பல பட்டங்களையும் பெற்றான். இசுலாமிய உலகில் கஜனிமுகம்மது ஒரு குறிப்பிடத்தக்க போராளியாக பெயர் பெற்றான்.

இசுலாமிய உலகில் கஜனி முகம்மதுவின் புகழ் பரவிட இன்னொரு காரணமும் இருந்தது. கஜனி முகம்மது இசுலாத்தின் சன்னி பிரிவைச் சார்ந்தவன். எனவே அவன் இஸ்மாயிலி மற்றும் ஷியா பிரிவு இசுலாமியர்களையும் கொன்றான். குறிப்பாக, முல்தான் மற்றும் மன்சூரா ஆகிய இடங்களில் வாழ்ந்த ஆயிரக்கணக்கான இஸ்மாயிலி மற்றும் ஷியா பிரிவு இசுலாமியர்களையும் கொன்று குவித்தான். அவர்களின் மசூதிகளை அழித்தான் அல்லது அவை செயல்படாதவாறு முடக்கி வைத்தான். A. Wink/Alhind 184-9, 217-8) Romila Thapar p: 71.

இத்தகைய கொடூரச் செயல்கள் கஜனிமுகம்மதுவை ஒரு பரிசுத்தமான சன்னி பிரிவு இசுலாத்தை நிறுவிடப் போராடியவன் எனும் பெயரை வாங்கித்தந்தது.

சோமநாதர் நகரையும், முல்தான் நகரையும் கடுமையாக கஜனிமுகம்மது தாக்க காரணங்கள் என்ன? சோம்நாதர் நகரில் இந்துக்களையும் அவர்களின் கோவிலையும் தாக்கிய கஜனிமுகம்மது முல்தானில் இஸ்மாயிலிகளையும், ஷியா பிரிவு இசுலாமியர்களையும் தாக்கினான். இரு நகரங்களுக்கும் இருந்த ஒரே ஒற்றுமை குதிரை வியாபாரம் ஆகும். இரு நகரங்களிலுமே அரேபியர்கள் மூலமாக குதிரை வியாபாரம் கொடி கட்டிப் பறந்தது என்பது மட்டுமல்ல; துருக்கிய குதிரை வியாபார வணிகத்திற்கு கடும் போட்டியாகவும் இது இருந்தது.

எனவே, கஜனிமுகம்மதுவின் தாக்குதலுக்குக் காரணம் என்பது சன்னி பிரிவு இசுலாத்திற்கு எதிரான இந்து மற்றும் ஷியா பிரிவு/ இஸ்மாலியா பிரிவுகளையும் தாக்குவது என்பதுடன், அரேபிய

குதிரை வியாபாரத்தை முடக்குவது எனும் பொருளாதார நோக்கமும் இருந்ததா? எனும் கேள்வி எழுகிறது. அவ்வாறு இருக்க வாய்ப்பு உள்ளது என சில வரலாற்று ஆசிரியர்கள் கருதுகின்றனர். கஜனி முகம்மது ஒரே கல்லில் இரண்டு கனிகள் பறித்திட முயற்சி செய்தான். ஒரு பக்கம் தனது சன்னி பிரிவு பரிசுத்தமான இசுலாமை நிலைநாட்டும் அதே நேரத்தில்தான் சார்ந்த பெர்சிய நாட்டின் குதிரை வணிகத்திற்கு போட்டியாக இருந்த அரேபியர்களின் குதிரை வணிகத்தைப் சீர்குலைப்பதும் இன்னொரு நோக்கமாக இருந்திருக்க வாய்ப்பு உள்ளது. (Cf. Mohamad Habib/Sultam Mahamud of Gazani Delhi 1967) RomilaThapar p:71.

பெர்சியர்களும், துருக்கியர்களும் ஒரு புறமும் அரேபியர்கள் மறுபுறமும் இருந்தனர். இக்காலத்தில் இவர்கள் அனைவரும் இசுலாமியர்கள்! ஆனால் அக்காலகட்டத்தில் அவர்கள் அப்படி பார்க்கப்படவில்லையா? துருக்கியர்களுக்கும், அரேபியர்களுக்கும் இடையே ஏன் கடும் போட்டியும் மோதலும் இருந்தது? சோமநாத மக்கள் (சைவர்களும் ஜைனர்களும்) துருக்கியர்களுக்கு எதிராக அரேபியர்களை ஆதரித்தனரா? இவையெல்லாம் சில சரித்திர ஆவணங்கள் எழுப்பும் கேள்விகளாகும்.

ஜைனஆவணங்கள் கூறுவது என்ன?

இக்கேள்விகளுக்கு பதில் கண்டுபிடிக்க, அக்கால கட்டத்தின் சில ஜைன ஆவணங்கள் பக்கம் கவனம் செலுத்தும் தேவை ஏற்படுகிறது.

ஜைன ஆவணங்கள் இதே நிகழ்வை எப்படிப் பதிவு செய்கின்றன?

பதினோராம் நூற்றாண்டு ஜைன புலவர் தனபாலா. இவர் கஜனி முகம்மது காலத்தவர் என்பது முக்கியமானது! சோமநாத் கோயில் உட்பட குஜராத்தின் மீது கஜனி முகம்மது படையெடுத்தது தொடர்பாக சுருக்கமாக பதிவு செய்துள்ளார். எனினும், தனபாலா மிகவும் விரிவாக பதிவு செய்துள்ளது என்னவெனில், கஜனி முகம்மது ஜைன கோவில்களைக் தாக்க முடியவில்லை என்பதாகும். மகாவீரர் தன்னை பாதுகாத்து கொள்ள முடிகிறபொழுது, சிவன் தன்னை பாதுகாத்துக் கொள்ள முடியவில்லை என்கிறார். அதாவது சிவனைவிட மேலானவர் மகாவீரர்தான் என்பது இவரது பதிவில் வரும் முக்கிய அம்சமாகும். கஜனிமுகம்மது சோமநாதர் கோவிலைத் தாக்கியது என்பது, அன்றைய ஜைன சமூகத்தவரால் ஒரு மிகவும் வெறுக்கத்தக்க நடவடிக்கையாக பார்க்கப்படவில்லை. மாறாக,

அவர்களது அழுத்தம் என்பது தங்களது மதம் சைவ மதத்தைவிட உயர்ந்தது என்பதை நிலைநாட்டுவதிலேயே இருந்தது. (D.Sharma- "Some New Lights on route of Gazani's raid on Somanatha: Multan to Somanatha and Somanatha to Multan" page 165-8 quoted by Romila Thapar p: 74.)

12ம் நூற்றாண்டில் இன்னொரு ஜைன ஆவணம் கூறுவது கவனிக்கத்தக்கது. ரக்சாசாக்கள், தயிதாக்கள், அசுரர்கள் ஆகிய உள்ளூர் அரசர்கள் கோவில்களை அழிப்பதும், ரிஷிக்களையும் பிராமணர்களையும் துன்புறுத்திக் கொண்டிருந்ததாகவும் அதனால் கோபமுற்ற சாளுக்கிய மன்னன் அவர்களை எதிர்த்து போரிட்டான் எனவும் இந்த ஆவணம் குறிப்பிடுகிரது. (J.Klatt 'Extracts from Historical records of Jainas Indian Antiquary 1882 page: 11, 245-56) Romila Thapar page: 74.

இந்தப் பட்டியலில் துருஸ்காஸ் எனப்படும் துருக்கியர்கள் ஏன் சேர்க்கப்படவில்லை? உள்ளூர் அரசர்கள் பற்றிக் குறிப்பிடும் இந்த ஆவணம், கஜனியின் சோமநாதா கோவில் தாக்குதல்பற்றி ஏன் எதுவுமே குறிப்பிடவில்லை எனும் கேள்வி எழுகிறது. இந்த சாளுக்கிய அரசன் சோமநாத கோவிலுக்குச் சென்றான். அந்தக் கோவில் மிகவும் பழமையானதாகவும், சிதிலமடைந்து கொண்டிருந்ததையும் கண்டான். "பக்தர்களைக் கொள்ளை அடிக்கும் உள்ளூர் அரசர்கள் இந்தக் கோவிலைப் பராமரிக்க தவறுவது அவமானகரமானது" எனவும் தன் கோபத்தை வெளிப்படுத்துகிறான்.

இந்த சாளுக்கிய மன்னன் குறித்து ஒரு முக்கிய செய்தி குறிப்பிடுவது அவசியமானது. காம்பாய் எனும் இடத்தில் இந்த மன்னன் ஒரு மசூதியைக் கட்டினான். ஆனால் பின்னர் சாளுக்கியர்கள் மீது படை எடுத்த பரமாராக்கள் இந்த மசூதியை அழித்துவிட்டனர். அது மட்டுமல்ல; சாளுக்கியர்கள் கட்டிய பல ஜைனக் கோவில்களையும் இந்துக்கோவில்களையும் கூட அவர்கள் அழித்தனர். (P.Bhatia "Tha Paramaras p:141) Romila Thapar p: 75.

12ம் நூற்றாண்டின் இறுதியில் ஆட்சி புரிந்த சாளுக்கிய மன்னன் குமாராபாலா சோமநாதர் கோவிலுடன் நெருங்கிய தொடர்பு கொண்டவனாக சில ஜைன ஆவணங்கள் குறிப்பிடுகின்றன. குமாராபாலாவின் அமைச்சரவையில் ஹேமசந்திர ஆச்சார்யா எனும் ஒரு ஜைன அறிஞரும் அமைச்சராக இருந்தார். குமாராபலா சாகாவரம் புகழ் பெற்றிட விரும்பினான். இதற்காக, சிதிலமடைந்து வரும் சோமநாதர் கோவிலுக்குப் பதிலாக, புதிய கற்களாலான கோவிலைக் கட்டுமாறு ஹேமசந்திர ஆச்சார்யா ஆலோசனை வழங்குகிறார். இருவரும் சோமநாதர் கோவிலுக்குச் செல்கின்றனர். இந்த ஆவணங்களில் சோமநாதர் கோவில் சிதிலமடைந்து

கொண்டிருந்தது எனக் குறிப்பிடப்பட்டுள்ளது. எனினும் இந்த ஆவணத்தில் சோமநாதர் கோவில் கஜனி முகம்மதுவால் அழிக்கப்பட்டது எனக் குறிப்பிடப்படவில்லை. இது ஏன் எனும் கேள்வி எழுகிறது.

குமாராபாலா கற்களாலான சோமநாதர் கோவிலை உருவாக்கினான். அந்தக் கோவில் துவக்க விழாவில் குமாராபாலா மற்றும் ஹேமசந்திர ஆச்சார்யா இருவரும் பங்கேற்கின்றனர். அப்பொழுது ஹேமசந்திர ஆச்சார்யாவின் கைங்கர்யத்தால் ஒரு சிவன்சிலை குமாராபாலா முன் தோன்றுகிறது. இதனால் பரவசப்பட்ட குமாராபாலா, ஜைன மதத்திற்கு மாறுகிறான். சோமநாதர் கோவிலைப் புனரமைத்தது என்பது சாளுக்கிய மன்னனின் அரசியல் அதிகாரத்தை நிலநாட்டியது. இவ்வளவு நிகழ்வுகளையும் குறிப்பிடுகிற இந்த ஜைன ஆவணம், கஜனி முகம்மது கோவிலைத் தாக்கியது குறித்து குறிப்பிடவில்லை. ஜைன மதமே சிவ மதத்தைவிட சிறந்தது எனும் அழுத்தம்தான் இந்த ஆவணங்களில் முழுதும் பரவிக்கிடக்கிறது.

இன்னொரு முக்கிய ஆவணம், சோமநாதர் கோவில் உள்ள பகுதியிலிருந்தே உள்ளது. இது சமஸ்கிருத மொழியில் உள்ளது. இந்த ஆவணத்தின் படி, சாளுக்கிய மன்னன் குமாராபாலா ஒரு ஆணையைப் பிறப்பித்தான். உள்ளூர் அரசர்கள் சோமநாதர் கோவிலுக்கு வரும் யாத்ரீகர்களிடம் கொள்ளை அடிப்பதைத் தடுத்திடும் நோக்கத்துடன் ஒரு சிறப்பு அதிகாரியை குமாராபாலா நியமிக்கிறான். (Praci Inscription,Poorna Orientalist 1937 p: 1.4 . 39-46) Romila Thapar 77.

100 ஆண்டுகள் கழித்து சாளுக்கிய மன்னர்கள் மீண்டும் மால்வா அரசர்களிடமிருந்து கோவிலையும் யாத்ரீகர்களையும் காத்திட களத்தில் இறங்குகின்றனர். (Epigraphia Indica II 437 ff) Romila Thapar 77.)

இப்படி உள்ளூர் அரசர்களிடமிருந்து கோவிலையும் யாத்ரீகர்களையும் காப்பதுகுறித்த செய்திகள் அடிக்கடி பதிவு செய்யப்படுகின்றன. ஆனால் கஜனி முகம்மதுவின் தாக்குதல் குறித்து பதிவு இல்லை. ஏன்? கஜனி முகம்மதுவின் தாக்குதல் குறிப்பிடும்படியான முக்கியத்துவம் பெறாமல் இருந்ததா?

1169ம் ஆண்டின் ஒரு பதிவு பவபிரஹஸ்பதி என்பவர் சோமநாதர் கோவிலின் முதன்மை அர்ச்சகராக நியமிக்கப்பட்டதை விவரிக்கிறது. பவபிரஹஸ்பதி, கனவுஜ் எனுமிடத்தில் உள்ள பசுபத சைவ பிராமண குடும்பத்தைச் சேர்ந்தவர் எனவும் பதிவு செய்யப்படுகிறது. கடவுள் சிவனே தன்னை சோமநாதர் கோவிலைப் புனரமைக்க

அனுப்பியதாக பவபிரஹஸ்பதி கூறுகிறார். ஏனெனில் இந்தக் கோவில் மிகவும் பழமை அடைந்து சிதிலமடைந்து வருகிறது. வஞ் சகமும் பேராசையும் பிடித்த அரசாங்க அதிகாரிகள் இக்கோவிலை உதாசீனம் செய்கின்றனர். எனவே, இக்கோவிலைப் புனரமைப்பது அவசியமாகிறது. (Prabhaspattana Inscription BPSI 186 vs 4,11,17-18) Romila Thapar p:78.

மரத்தாலான சோமநாதர் கோவிலை கற்களாலான கோவிலாகக் கட்டும்படி தான்தான் குமாராபாலாவிற்கு ஆலோசனை வழங்கியதாகவும், பவபிரஹஸ்பதி குறிப்பிடுகிறார். இதில் குமாராபாலாவின் ஜைன அமைச்சரான ஹேமசந்திர ஆச்சார்யாவிற்கும் பவபிரஹஸ்பதியின் கூற்றுக்கும் முரண்பாடு நிலவுகிறது. இது ஜைன சைவ மதங்களிடையே நிலவிய கடும் மோதலையும் வெளிக்காட்டுகிறது. எனினும், சோமநாதர் கோவில் குறித்து இவ்வளவு விவரங்களை பதிவு செய்யும் இந்த ஆவணம் கஜனி முகம்மதுவின் தாக்குதல் குறித்து மவுனம் காப்பது ஏன் எனும் கேள்வி மீண்டும் எழுகிறது.

சிவன் தன்னைக் காத்துக்கொள்ள முடியவில்லை என்பதைப் பதிவு செய்தால், சிவனுக்கும் சைவ மதத்திற்கும் சங்கடமான ஒன்று என நினைக்கப்பட்டதா? சைவ மதத்திற்கும் ஜைன மதத்திற்கும் நிலவிய கடும் மோதலால் இந்த நிகழ்வு அடக்கிவாசிக்கப்பட்டதா? அல்லது சோமநாதர் கோவில் தாக்குதல் ஒரு பெரிய நிகழ்வு அல்ல என்று கருதப்பட்டதா?

சோமநாத்தில் மசூதி கட்ட உதவிய சைவர்களும் ஜைனர்களும்

1264ம் ஆண்டு ஒரு நீண்ட சட்ட ஆவணம் வெளியிடப்பட்டது. இது சமஸ்கிருதம் மற்றும் அரேபிய மொழி இரண்டிலும் இருந்தது. ஹோர்மஸ் எனும் இடத்திலிருந்து வந்த ஒரு வணிகர் மசூதி கட்டுவதற்கு வாங்கிய இடம் குறித்த ஆவணம் இது! (somanathapattana veraval Inscription , Epigraphia Indica XXXIV 141ff) Romila Thapar p:78.)

இது ஒரு சட்ட ஆவணம் என்பதால் அன்றைய நடைமுறையில் இருந்த நான்கு தேதி முறைகள் குறிப்பிடப்பட்டுள்ளன. ஹிஜ்ரி, சம்வாட்,சிம்ஹா, வலாபி ஆகிய நான்கு தேதி முறைகள் அவை! வழக்கமாக, சித்தம் என்று ஆரம்பிக்கும் இந்த ஆவணம் சிவனின் பெயரான விஸ்வானந்தன் எனும் சொற்றொடருடன் தொடர்கிறது.

நூருதின் ஃபெரோஸ் எனும் ஒரு பிரபல வணிகர் மஹாஜனபலி எனும் இடத்தில் மசூதி கட்ட இடம் வாங்கியதை இது குறிப்பிடுகிறது. மஹாஜனபலி எனும் இடம் சோமநாதர் நகருக்கு வெளியே உள்ள இடமாகும். இது சோமநாதர் கோவிலுக்கு அருகாமையில் உள்ள இடம். ஸ்ரீசதா எனும் உள்ளூர் அரசனிடமிருந்து இந்த இடம் வாங்கப்பட்டுள்ளது. மஹாமாட்டியா என அழைக்கப்படும் அப்பகுதி கவர்னரான மாலாதேவாவின் பெயரும் சாளுக்கிய வகேலா அரசன் அர்ஜுன தேவாவின் பெயரும் இந்த ஆவணத்தில் குறிப்பிடப்படுகிறது.

மசூதிக் கட்டிட வாங்கப்பட்ட இந்த நில பேரத்தை இரு கமிட்டிகள் அங்கீகரித்துள்ளன என இந்த ஆவணம் குறிப்பிடுகிறது. ஒரு கமிட்டி பங்கருலா எனப்படுவது. இன்னொன்று ஜமாத்தா எனப்படுவது ஆகும். பங்கருலா கமிட்டி மிகவும் அதிகாரம் படைத்த உள்ளூர் நிர்வாகக்கமிட்டி ஆகும். இந்த கமிட்டியில் உயர் அதிகாரம் படைத்த அரசு அதிகாரிகள், அர்ச்சகர்கள், வணிகர்கள், உள்ளூர் பிரமுகர்கள் இடம் பெறுவது வழக்கம். இந்தக் குறிப்பிட்ட பங்கருலா கமிட்டி சைவ பசுபதி ஆச்சார்யாவான அர்ச்சகர் வீரபத்ரர் என்பவரால் தலைமை தாங்கப்பட்டுள்ளது. இவர் சோம்நாதர் கோவிலின் அர்ச்சகர் ஆவார், அதேபோல அபயசிம்ஹா எனும் பெரும் வணிகரும் இந்த கமிட்டியில் உறுப்பினர். மசூதிக்கு நிலம் அளித்த இந்த ஒப்பந்தத்தில் தாக்குராக்கள், ரனகக்கள், உள்ளூர் அரசர்கள், பெரிய வணிகர்கள் என மஹாஜனபலியில் உள்ள பல முக்கிய பிரமுகர்கள் சாட்சிக் கையொப்பமிட்டுள்ளனர். இந்த பிரமுகர்களில் பலர் சோமநாதர் கோவில் உட்பட பல கோவில்களின் நிலபுலன்களை நிர்வகிப்பவர்கள். இத்தகைய நிலத்தின் ஒரு பகுதியைத்தான் மசூதிக்கு தரப்படுகிறது.

இன்னொரு கமிட்டியான ஜமாத்தாவில் கப்பல் முதாலாளிகள், மாலுமிகள், எண்ணெய் ஆலை முதலாளிகள், குதிரை வணிகம் செய்யும் முஸ்லிம்கள் ஆகியோர் உறுப்பினர்களாக உள்ளனர். மசூதியைப் பராமரிக்க எழுதிவைக்கப்படும் சொத்துக்களைப் பாதுகாக்கும் பொறுப்பு இக்கமிட்டிக்கு உள்ளதால் இதன் உறுப்பினர்கள் பட்டியலும் தெளிவாக்கப்பட்டுள்ளது.

இந்த மசூதியைப் பராமரிக்க சில சொத்துக்களும் வாங்கப்படுகின்றன. இவைகுறித்தும் இந்த ஆவணம் பட்டியலிடுகிறது. இரண்டு பெரிய நிலப்பரப்புகள், அப்பகுதியில் உள்ள இரண்டு கடைகளின் வருமானம், ஒரு எண்ணெய் எடுக்கும் செக்கு ஆலை இவற்றின் மூலம் வரும் வருவாய் இந்த மசூதியைப் பராமரிக்கப் பயன்படுத்திக்கொள்ளப்பட வேண்டும். மேலே குறிப்பிட்ட நிலப்பரப்புகள் சோமநாதுப்பட்டணம் நகருக்குள் இருந்த கோவில்களிலிருந்து வாங்கப்பட்டவை. இந்த

விற்பனைக்கு கோவிலின் புரோகிதர்கள் மற்றும் முதன்மை அர்ச்சகர்கள் மற்றும் முக்கிய பிரமுகர்களின் ஒப்புதலும் இந்த ஆவணத்தில் பதிவு செய்யப்பட்டுள்ளது. கடைகளும், எண்ணெய் செக்கும் உள்ளூர் மக்களிடமிருந்து வாங்கப்பட்டது. இந்த ஆவணத்தில் கையொப்பமிட்டுள்ள அர்ச்சகர்களில் ஒருவரான திரிபுரந்தகா என்பவர் செல்வாக்குமிக்க பசுபதி சைவ அர்ச்சகர் ஆவார். அவர் அந்த பகுதியில் பல சைவ கோவில்களை கட்டியவர். அந்த காலத்து சமஸ்கிருத ஆவணங்களில் வழக்கமாக இறுதியில் கூறப்படுவது போல, இந்த ஆவணமும் சூரியனும் சந்திரனும் உள்ளவரை ஆவணத்தின் முடிவுகள் நீடித்து இருக்கட்டும் என முடிவுகிறது.

அரேபிய மொழியிலும் இந்த ஆவணம் உருவாக்கப்பட்டுள்ளது. ஏன்? சோமநாதர் பட்டணத்தில், குஜராத்தின் ஏனைய பகுதிகளில் இருந்ததுபோல குதிரை வியாபாரம் கொடிகட்டிப் பறந்தது. வியாபாரம் நிமித்தமாக பல அரேபியர்கள் வந்து போனாலும் சிலர் இங்கேயே தங்கினர். இங்குள்ள பெண்களை திருமணம் செய்தனர். அவர்களின் வாரிசுகள் அரேபியர்களாக கருதப்பட்டனர். சிலர் மதம் மாறியும் இருக்கலாம். எனவே இந்த ஆவணம் அரேபிய மொழியிலும் உருவாக்கப்படுகிறது.

வெகு முக்கியமாகக் கவனிக்கப்பட வேண்டியது என்னவென்றால், இந்த ஆவணம் மிகவும் சமாதான தொனியில் உருவாக்கப்பட்டுள்ளது என்பதுதான்! எந்த ஒரு இடத்திலும் சைவ மற்றும் இசுலாமிய மதங்களுக்கிடையே எவ்வித முரண்பாடும் இல்லை!

அது மட்டுமல்ல! சோம்நாதர் கோவிலை கஜனி முகமமது சூறையாடிய சம்பவம் நடந்து இருநூறு ஆண்டுகளுக்குள் இந்த ஆவணம் உருவாக்கப்படுகிறது. சைவ மதத்தினர் மற்றும் ஜைன மதத்தினர் மசூதி கட்டிட உதவுகின்றனர். அதற்கான நிலம் சில கோவில்களிடமிருந்து வாங்கப்படுகிறது. அதனை அர்ச்சகர்கள் மட்டுமல்ல; அப்பகுதியின் முக்கிய அதிகாரிகள் உட்பட அங்கீகரிகின்றனர். ஏன்; இந்து சாளுக்கிய மன்னன் கூட இதனை அறிந்திருக்கிறான்.

இவையெல்லாம் சில முக்கியக் கேள்விகளை எழுப்புகின்றன.

- சோமநாதர் கோவிலை கஜனி முகமமது சூறையாடிய சம்பவம் இந்துக்களின் வரலாற்றில் மாறாத வடு என்று இன்றுவரை பிரசாரம் செய்யப்படுகிறது. அப்படியானால், மசூதி உருவாகிட இவ்வளவு உதவிகள் செய்யப்பட்டது ஏன்?

- கஜனிமுகம்மது ஒரு துருக்கியர். சோமநாதர் மக்கள் துருக்கியர்களை வெறுத்த அதே நேரத்தில் அரேபியர்களிடம்

அன்பு பாராட்டினார்களா?. இன்று இருப்பதைப் போல் அல்லாமல் துருக்கியர்கள், அரேபியர்கள் என பல பிரிவுகளாக இசுலாமியர்கள் உணரப்பட்டனரா?

• இந்த மசூதியை உருவாக்கிட பாடுபட்டவர் நூருதீன் என்பவர். இவர் ஹோர்மஸ் பகுதியைச் சேர்ந்தவர். ஹோர்மஸ் குதிரை வியாபாரத்தில் முக்கிய இடம் வகித்தது. நூருதினீன் மசூதி முயற்சிகளுக்கு உதவி அளிக்கப்பட்டது. அப்படியானால் மசூதி கட்ட அளிக்கப்பட்ட உதவியின் பின்னால் பொருளாதார காரணம் இருந்ததா? இலாபம் கொழிக்கும் குதிரை வியாபாரத்தில் கோவில் அர்ச்சகர்கள் அல்லது கோவில் பணமும் முதலீடு செய்யப்பட்டதா? அதன் இலாபம் கோவில் வருமானமாக சேர்க்கப்பட்டதா?

இவையெல்லாம் முக்கிய கேள்விகளாகும்.

15ம் நூற்றாண்டில் குஜராத்தைச் சார்ந்த பல ஆவணங்கள் துருக்கியர்களுக்கு எதிராக நடத்தப்பட்ட போர்கள் பற்றி குறிப்பிடுகின்றன. சோமநாதர் பகுதியிலிருந்து எழுதப்பட்ட அத்தகைய ஒரு சமஸ்கிருத ஆவணம் மிகவும் நெகிழ்ச்சியானது. சமஸ்கிருதத்தில் எழுதப்பட்டிருந்தாலும், இது இசுலாமிய வாக்கியங்களான "பிஸ்மில்லா இர்ரஹ்மானிர்ரஹிம்" என்று தொடங்குகிறது. இது அரேபிய வம்சத்தினரான ஃபரீத் என்பவரின் குடும்பம் பற்றிக் குறிப்பிடுகிறது. சோமநாத நகரம் துருக்கியர்களால் தாக்கப்பட்டது.அப்பொழுது சோமநாதர் நகரத்தை காத்திட உள்ளூர் மன்னன் பிரம்மதேவன் சார்பாக ஃபரீத் துருக்கியர்களுக்கு எதிராக போரிட்டான். அப்போரில் தன் இன்னுயிரை இழந்தான். அவனது தியாகத்தின் நினைவாகவே இந்த சமஸ்கிருத ஆவணம் வெளியிடப்பட்டது. இது துருக்கியர்களுக்கு எதிராக அரேபியர்கள் இந்து மன்னர்களுக்கு ஆதரவாக போரிடத் தயங்கவில்லை என்பதைக் காட்டுகிறது. மேலும் துருக்கியர்களும் அரேபியர்களும் சோமநாதர் மக்களால் ஒரே தளத்தில் வைத்து பார்க்கப்படவில்லை என்பதையும் தெளிவாக்குகிறது. (D.B. DISKALKAR "Inscriptions of Kathiawad" New Indian Antiquary 1939,1,591.) Romila Thapar p: 81.

முன்ஷி உருவாக்கிய முரண்பாடு

சோமநாதர் கோவில்மீது கஜனி முகம்மது நடத்திய தாக்குதல் இந்து இசுலாமிய உறவுகளை தீர்மானிப்பதில் ஒரு மிகப்பெரிய பங்கு வகித்துள்ளது அனைவரும் அறிந்த உண்மை. இது குறித்து பாரதிய வித்யா பவன் கல்வி நிறுவனங்களை நிறுவிய K.M. முன்ஷி ஒரு மிகப்பெரிய பங்கை ஆற்றினார் . இவர் எழுதிய ஜெய் சோமநாத் எனும் நாவல், குஜராத்தி மக்களிடையே இசுலாமியர்களுக்கு எதிராக ஆழமான பகைமை உணர்வை ஏற்படுத்தியது எனில் மிகை அல்ல.

அம்பேத்கர் தலைமையில் உருவான அரசியல் சட்ட வரைவுக்குழுவில் உறுப்பினராக இருந்த இவர் மதம்குறித்த மக்களுக்கான உரிமையை எதிர்த்தார். பின்னர் நேருவின் அமைச்சரவையில் இடம்பெற்ற இவர் சோமநாதர் கோவில் புதுப்பிப்பதைத் தனது தலையாய பணியாகக் கொண்டு அதனை இந்திய அரசாங்கமே செய்ய வேண்டும் என்று கோரினார். நேரு உட்பட பல காங்கிரஸ் தலைவர்களே இதனை எதிர்த்ததால் பின்னர் ஒரு டிரஸ்ட் அமைக்கப்பட்டு சோமநாதர் கோவில் புதுப்பிப்பிக்கப்பட்டது.

இவர் பின்னர் காங்கிரசை விட்டு விலகி, ஜனசங்கத்தில் இணைந்தார். விஸ்வ இந்து பரிஷத் அமைப்பதிலும் முக்கியமானவராக விளங்கினார். ஆரியர்களின் ஆட்சியில்தான் இந்தியா புகழ் பெற்றது எனும் கருத்தை உடைய இவர், ஆரியர்கள்தான் இந்தியாவின் பூர்வகுடிகள் எனும் வரலாற்றுக்குப் பொருந்தாத கருத்தை உடையவராக இருந்தார்.

சோமநாதர் கோவில் கஜனிமுகம்மதுவால் தாக்கப்பட்டது குறித்து இவர் எழுதுகிறார்:

" கஜனிமுகம்மது சோமநாதர் கோவிலை அழித்தது என்பது, ஆயிரம் ஆண்டுகளாக ஒட்டு மொத்த இந்து இனத்தின் உள்மனதில் மறக்க இயலாத ஒரு தேசிய அவமானமாக கோபக்கனல் கனன்று கொண்டிருந்தது."

இத்தகைய ஒரு மனோபாவத்தை உருவாக்குவதில் சங்பரிவாரங்கள் வெற்றி பெற்றன என்றுதான் கூறவேண்டும்.

மறுபுறத்தில் கஜனிமுகம்மதுவின் செயலை நியாயப்படுத்தும் இசுலாமிய அணுகுமுறையும் உண்டு. K.M. முன்ஷியின் மதிப்பீடு எவ்வளவு அபத்தமானது மற்றும் ஆபத்தானதோ, அதே அளவிற்கு கஜனிமுகம்மதுவின் செயலை நியாயப்படுத்துவதும் மிகத்தவறானது. ஏனெனில், கஜனிமுகம்மது சோமநாதர் கோவிலை, கொள்ளை அடித்தது மட்டுமல்ல; இந்துக்களைக் கொன்றது மட்டுமல்ல; ஷியாபிரிவு இசுலாமியர்களையும், சுஃபி பிரிவு இசுலாமியர்களையும் கூட கொன்று குவித்தான் என்பதும் வரலாற்று உண்மை.

கஜனிமுகம்மதுவின் சோமநாதர் கோவில் சூறை, இந்து இசுலாமியர்களின் உறவை எப்பொழுதிலிருந்து தீர்மானிக்கத் தொடங்கியது? முன்ஷி குறிப்பிடும் "ஆயிரம் ஆண்டுகளாக ஒட்டு மொத்த இந்து இனத்தின் உள்மனதில், மறக்க இயலாத ஒரு தேசிய அவமானமாக" ஆரம்பத்திலிருந்தே இருந்ததா? "ஆயிரம் ஆண்டு அவமானம்" என்பதை முன்ஷி எப்படி உருவகப்படுத்தினார்? ஏனெனில், பெர்சிய ஆவணங்கள் தவிர ஏனைய ஆவணங்கள் கஜனியின் சோமநாதர் கோவில் குறித்த தாக்குதலைக் குறிப்பிடவில்லை என்பதை வரலாற்றாசிரியர்கள் குறிப்பிட்டுள்ளனர். (A.K.Mazumdar Chaulukiyas of Gujarat/Bombay 1956 p:43. Romila Thapar p:88.

பிரிட்டன் நாடாளுமன்றம் உருவாக்கிய பிளவு

இதற்கு பிரிட்டன் நாடாளுமன்றத்தில் 1843ம் ஆண்டு நடந்த விவாதங்களுக்கு நாம் செல்ல வேண்டும். 1842ம் ஆண்டு இந்தியாவின் கவர்னர்ஜெனரல் எல்லன்பரோ ஒரு ஆணையை பிறப்பித்தார். அதன்படி, ஆப்கானிஸ்தானில் கஜனி முகம்மதுவின் சமாதியில் உள்ள சந்தன மரத்தால் செய்த வாயிற் கதவுகள் சோமநாதர் கோவிலுக்கு சொந்தமானவை எனவும், அவை கஜனி முகம்மதுவால் கொள்ளை அடிக்கப்பட்டதாகவும் அதனை உடனடியாக அங்கிருந்து எடுத்து சோமநாதர் கோவிலுக்குத் திருப்பித்தர வேண்டும் எனவும் எல்லன்பரோ ஆணை பிறப்பித்தார்.

இந்த ஆணை பிரிட்டன் நாடாளுமன்றத்தில் காராசார விவாதங்களுக்கு வழி வகுத்தது. எல்லன்பரோவின் செயல் ஒரு குறிப்பிட்ட மதத்தை திருப்திபடுத்துவதாக உள்ளது எனவும், இது இசுலாமியர்களிடையே கடும் அதிருப்தியை ஏற்படுத்தும் எனவும் ஒரு சாரார் வாதிட்டனர், சோமநாதர் கோவிலில் சந்தன வாயிற்கதவுகள் இருந்ததாகவோ அல்லது அவை கஜனிமுகம்மதுவால் கொள்ளை அடிக்கப்பட்டதாகவோ எந்த ஒரு வரலாற்றாசிரியரும் குறிப்பிடவில்லை எனவும், ஊகத்தின் அடிப்படையில் எல்லன்பரோ முட்டாள்தனமாக ஒரு ஆணையை பிறப்பித்தார் எனவும் வாதிடப்பட்டது

இன்னொரு சாரார் எல்லன்பரோவின் ஆணையை நியாயப்படுத்தி இந்து சமூகம் ஆயிரம் ஆண்டுகளாக கஜனி முகம்மதுவின் சோமநாதர் கோவில் சூறையால் அவமானத்தில் புழுங்கிவருவதாகவும், மேற்கண்ட வாயிற்கதவுகள் மீட்பது என்பது அவர்களுக்கு நீதி வழங்குவதாக இருக்கும் எனவும் வாதிட்டனர். பிரிட்டன் நாடாளுமன்றத்திலேயே இப்படி இந்து, இசுலாமியர்கள் என பிரித்து வாதிட்டது, இந்தியாவில் ஒரு மிகப்பெரிய தாக்கத்தை ஏற்படுத்தியது. சோமநாதர் கோவில் தாக்குதல் இதற்குப் பிறகு ஒரு மிகப்பெரிய நிகழ்வாக உணரப்பட்டது. சோமநாதர் கோவிலை கஜனி முகம்மது தாக்கியது என்பது, இந்து மதத்தின்மீது இசுலாமியர்கள் ஒட்டு மொத்தமாக நடத்திய தாக்குதல் எனும் கருத்து இந்த விவாதத்திற்குப் பிறகு உருவாக ஆரம்பித்தது.

(The United Kingdom House of Commons Debate on the Somnath Proclamation, Junagarh 1948, p: 548-602, 630-32,656,674) Ropila Thapar p: 86.

"ஆயிரம் ஆண்டுகளாக இந்துக்கள் அவமானத்தில் மனம் வெந்து இருந்தனர்" என பிரிட்டன் நாடாளுமன்றத்தில் கூறப்பட்ட அந்த வாசகத்தை அப்படியே முன்ஷி பின்னர் வலுவாக பயன்படுத்த ஆரம்பித்தார் என்பது குறிப்பிடத்தக்கது.

பிரிட்டிஷார் இந்து - இசுலாமிய முரண்பாடுகளை மிகைப்படுத்திக் கூறியதற்கு ஒரு காரணம் இருந்தது. ஜேம்ஸ்மில் "பிரிட்டிஷ் இந்தியாவின் வரலாறு" எனும் நூலில் இந்திய வரலாற்றை இந்து காலகட்டம், இசுலாமிய கால கட்டம், பிரிட்டிஷ் கால கட்டம் என வகைப்படுத்துகிறார். மேலும், இந்துக்கள் இசுலாமியர்களால் அடக்கி ஆளப்பட்டனர் எனவும் குறிப்பிடுகிறார். ஜேம்ஸ்மில் இந்திய வரலாற்றை இப்படி வகைப்படுத்துவதற்கு எவ்வித வரலாற்று ஆதாரமும் இல்லை. மேலும் ஜேம்ஸ்மில் தன் வாழ்நாளில் ஒரு தடவைகூட இந்தியாவிற்கு வந்தது இல்லை. எனினும், அவரது நூல் உண்மை என பல பிரிட்டிஷ்காரர்களால் ஏற்றுக்கொள்ளப்பட்டது. அதேபோல் சங்க்பரிவாரத்தின் பிரச்சாரத்திற்கும் அது பயன்பட்டது.

இந்தியாவின் வரலாறு குறித்து இன்னொரு நூல் எழுதிய எல்லியட் டாவ்சோன் இந்துக்களுக்கு பிரிட்டஷாரின் ஆட்சி இசுலாமியர்களின் ஆட்சியைவிட பலமடங்கு பயன்தரத்தக்கது என குறிப்பிடுகின்றனர். ஆகவே அவர்களது நோக்கம் பிரிட்டஷ் ஆட்சியை நியாயப்படுத்துவது என்பதைக் குறிகோளாகக் கொண்டிருந்தது. அதற்கு இந்து இசுலாமியர்களிடையே குரோதம் உருவாகுவது அவசியமாக அவர்களுக்கு இருந்தது.

எல்லன்பரோ ஆணையின்படி ஆப்கானிஸ்தானிலிருந்து வாயிற்கதவுகள் கொண்டுவரப்பட்டன. ஆனால் அது சோமநாதர் கோவிலுக்குச் சொந்தமானதாக இருக்கவில்லை. இன்னும் கூறப்போனால் அக்கதவுகள் இந்தியாவைச் சார்ந்ததாகவே இருக்கவில்லை. (J. Ferjusson A History of Indian and Eastern Architecture London vol 2 p:192) Romila Thap[ar 88)

பிரிட்டிஷார்கள் எப்படி சோமநாதர் கோவிலைப் பற்றி ஒரு பொய்யை பயன்படுத்தி இந்து - இசுலாமிய விரோதத்தை வளர்த்தார்கள் என்பதற்கு இது ஒரு சிறு உதாரணம்.

தொல்லியல் நிரூபணம் கூறுவது என்ன?

1950ம் ஆண்டு முன்ஷியின் வற்புறுத்தலால் சோமநாதர் கோவிலின் பகுதிகளை தொல்லியல் துறை தோண்டி அகழ்வாராய்ச்சி செய்தது. அந்த ஆராய்ச்சியின் முடிவுகள் பலவும் முன்ஷியின் கருத்துகளோடு ஒன்றிப்போகவில்லை. 9 அல்லது 10ம் நூற்றாண்டு கோவில் அங்கு இருந்தது. கோவில் சிறிதளவு தாக்கப்பட்டதற்கான ஆதாரம்

கிடைத்தாலும், அக்கோவிலை முற்றிலும் அழித்ததற்கான எந்த ஆதாரமும் இல்லை. அந்த இடத்தில் 11ம் நூற்றாண்டில் ஒரு கோவில் கட்டப்பட்டது. மீண்டும் கற்களாலான கோவில் 12ம் நூற்றாண்டில் கட்டப்பட்டது. அதன்பிறகு அக்கோவில் மீண்டும் கட்டப்பட்டது என்பதற்கான எவ்வித ஆதாரமும் இல்லை. இதே ஆதாரங்கள்தான், ஜைன ஆவணங்களிலும் சமஸ்கிருத ஆவணங்ககளிலும் காணப்படுகின்றன.

சோமநாதர் கோவில் 11ம் நூற்றாண்டிலிருந்து 17ம் நூற்றாண்டு வரை திரும்பத்திரும்ப தாக்கப்பட்டது அல்லது கொள்ளை அடிக்கப்பட்டது என்பதற்கான வரலாற்றுச் சான்றுகள் தொல்லியல் ஆராய்ச்சியில் கிடைக்கவில்லை. கி.பி.1024ம் ஆண்டு கஜினிமுகம்மது அக்கோவிலைத் தாக்கியதும், கொள்ளை அடித்ததும் ஆவணங்களில் பதிவு செய்யப்பட்டுள்ளன. அதுவும் பெர்சிய ஆவணங்களில்தான் வலுவாக பதிவு செய்யப்பட்டுள்ளன. அதே காலகட்டில் இருந்த ஜைன ஆவணங்கள் அல்லது சமஸ்கிருத ஆவணங்களில் அத்தகைய வலுவான பதிவுகள் இல்லை.

சோமநாதர் கோவில் கொள்ளை என்பது அப்பகுதியில் ஒரு உள்ளூர் பிரச்சனையாக இருந்தது என்பது உண்மையே! பிரிட்டிஷ் காலத்திற்குப் பின்புதான் அதுவும் பிரிட்டிஷ் நாடாளுமன்ற விவாதம் மற்றும் ஜேம்ஸ் மில்லின் நூலுக்கு பிறகுதான் இது இந்து - இசுலாமிய முரண்பாடாக உருவாக்கப்பட்டது. பிரிட்டிஷாரின் பிரித்தாளும் சூழ்ச்சிக்கு இந்துக்களும் இரையானார்கள்; இசுலாமியர்களும் இரையானார்கள். இதற்கு சோமநாதர் கோவில் வரலாறு ஒரு முக்கிய சான்றாக உள்ளது. பல நூறு ஆண்டுகளுக்கு முன்பாக நடந்த ஒரு வரலாற்று நிகழ்வை இன்றைய அரசியலுக்குப் பயன்படுத்துவது பாசிஸ்டுகளுக்கு கை வந்த கலை! உலகம் முழுதும் பாசிஸ்டுகளின் வரலாறு இதனை தெளிவு படுத்துகிறது. சங்பரிவாரமும் சோமநாதர் கோவில் தாக்குதலை இதே வழியில்தான் பயன்படுத்துகிறது.

கடந்தகால வரலாற்று நிகழ்வை மதிப்பீடு செய்யும் பொழுது, ஒரே ஒரு ஆவணத்தை மட்டுமே வைத்து முடிவுகளுக்கு வரக்கூடாது. வேறு ஆவணங்கள் உள்ளனவா என்பதை ஆய்வு செய்ய வேண்டும். அப்படி வேறு ஆவணங்கள் இருக்குமானால், அவற்றையும் ஆய்வுசெய்ய வேண்டும். அதுவே, பொருத்தமான அறிவியல் அணுகுமுறையாக இருக்க முடியும்.

சோமநாதர் கோவில் கஜினி முகம்மதுவால் தாக்கப்பட்டதும் அங்குள்ள செல்வம் கொள்ளை அடிக்கப்பட்டதும் பல ஆவணங்கள் பதிவுசெய்கின்றன. அக்காலத்திய பெர்சிய ஆவணங்கள் மற்றும் ஜைன ஆவணங்களும் பதிவுசெய்யத் தவறவில்லை. ஆனால் அத்தாக்குதல்

இந்து இசுலாமிய மக்களிடையே ஒரு மாறாத வடுவாக உருவாகும் அளவிற்கு, அதாவது இது ஒரு 1000 ஆண்டு கால பிரச்சனையாக இருந்ததா? இக்கேள்விக்கு பதில் இல்லை என்பதாகும்.

ஏனெனில், ஒரு போரின்பொழுது வென்ற மன்னன், தோற்ற மன்னனின் கோவில்களைக் கொள்ளை அடிப்பது அல்லது அழிப்பது என்பது இந்தியாவில் கஜனிமுகம்மது வருகைக்கு முன்பே தொடர்ந்து நடந்த நிகழ்வுகள்தான்! பல இந்து மன்னர்களும் கோவில்களை கொள்ளை அடித்துள்ளனர். கோவில்களை அழித்தும் உள்ளனர். இது அக்காலப் போரின் பிரிக்க முடியாத நியதியாக இருந்தது. எனவே கஜனிமுகம்மதுவின் சோமநாதர் கோவில் தாக்குதல் என்பது ஒரு அசாதாரண நிகழ்வாக அக்காலத்தில் பார்க்கப்படவில்லை என்பதையே ஜைன மற்றும் சமஸ்கிருத ஆவணங்கள் தெரிவிக்கின்றன.

19ம் நூற்றாண்டில் பிரிட்டிஷ் நாடாளுமன்றத்தில் நடந்த விவாதத்திற்குப் பிறகுதான் இது இந்து இசுலாமிய மக்களின் உறவுகளில் ஒரு மிகப்பெரிய சீர்குலைவு உருவாக்கியது. அதற்குப் பிறகுதான் சோமநாதர் கோவில் தாக்குதல் ஒரு அசாதாரண நிகழ்வாக பிரச்சாரம் செய்யப்பட்டது. மக்களின் பொதுப்புத்தியில் வலுவான தாக்கத்தை உருவாக்கியது.

ஒரு கடந்தகால வரலாற்று நிகழ்வை மதிப்பிடும்பொழுது இன்றைய கோணத்திலிருந்து அணுகுவது பொருத்தமானதாக இருக்காது. அக்குறிப்பிட்ட நிகழ்வு நடந்த காலத்தில் நிலவிய கோட்பாடுகள், நியதிகள், அணுகுமுறை இவற்றின் அடிப்படையில் ஆய்வு செய்வதே பொருத்தமாக இருக்கும். எனினும் சங்க்பரிவாரத்தின் நோக்கம் சரியான ஆய்வு என்பதல்ல! மாறாக, தமது மதவெறி அரசியலை முன்னெடுத்துச்செல்வதுதான்! எனவே, அவர்களிடம் இந்த அணுகுமுறையை எதிர்பார்த்தால் அது நமது தவறு! சோமநாதர் கோவில் பற்றிய வரலாறு அதனைத் தெளிவாக்குகிறது.

பவுத்தம்\-சமணம்\-சைவம்\-வைணவம்- சச்சரவுகள்.

தமிழகத்தில் 7ம் நூற்றாண்டு வரை சமணமும் பவுத்தமும் பரவிச் செழித்து இருந்தன. இந்த இரண்டு சமயங்களும் பல்வேறு பொருளாதார, அரசியல் மற்றும் ஆன்மீகக் காரணங்களால் சைவம் மற்றும் வைணவத்தைப் பின்னுக்குத் தள்ளின. தமிழக மக்களிடையே மிக ஆழமான தாக்கத்தை இந்த இரண்டு சமயங்களும் ஏற்படுத்தின. இக்கால கட்டத்தில் பல உன்னதமான இலக்கியப் படைப்புகள் தோன்றின. தமிழின் ஆரம்பகால பிரமி எழுத்துகளை உருவாக்கியதும் சமணர்களே!

பவுத்தம் வீழ்ந்தது எப்படி?

கி.பி. மூன்றாம் நூற்றாண்டு மற்றும் அதன் பிந்தைய காலகட்டங்களில் தமிழகத்தில் பவுத்தம், சமணம் மற்றும் சைவமும் வைணவமும் அடங்கிய வைதீக மதம் ஆகிய மதங்களுக்கிடையே கடுமையான போட்டியும் முரண்பாடுகளும் நிலவின. மக்களையும் மன்னர்களையும் தம்பக்கம் கவர்ந்திழுக்கக் கடும் முயற்சிகள் நடந்தன. சில சமயங்களில் இந்த முரண்பாடுகள் கலகங்களிலும் ஏன் படுகொலைகளிலும் முடிந்துள்ளன. இதன் ஒரு பகுதியாக கோவில்களும் அழிக்கப்பட்டன அல்லது மாற்றப்பட்டன. மேற்கண்ட நான்கு மதங்களுமே தமக்கிடையே சண்டையிட்டுக்கொண்டன.

சில சமயங்களில் மன்னனே தலையிட வேண்டி வந்தது. மணிமேகலை காவியத்தில் கீழ்கண்ட செய்யுள் இதற்கு ஒரு உதாரணம்:

"ஒட்டிய சமயத் துறுபொருள் வாதிகள்
பட்டி மண்டபத்துப் பாங்கறிந் தேறுமின்;
பற்றா மாக்கள் தம்முட நாயினும்
செற்றழுமுங் கலாமுஞ் செய்யா தகலுமின்"
(மணிமேகலை 6:6063/பவுத்தமும் தமிழும்/மயிலை சீனி. வேங்கடசாமி/பக்: 35)

காவிரிப்பூம்பட்டனத்தில் சோழ மன்னன் ஒருவன் சிவன் கோவில் கட்டிக்கொண்டிருந்தான். அப்பொழுது அங்கு வந்த பவுத்தர்கள் சில அதிசயங்களை செய்து காட்டினர். அதனைப்பார்த்து வியந்த மன்னன் பவுத்த மதத்திற்கு மாறினான். சிவன் கோவிலும் பவுத்தக் கோவிலாக மாறியது.

எனினும், சைவம் மற்றும் வைணவம்தான் அதிலும் குறிப்பாக சைவம்தான் பவுத்தம் மற்றும் சமணத்திற்கு எதிராக கடுமையான வன்முறையை ஏவின என்பதை மறுப்பதிற்கில்லை! சமணத்திற்கு எதிராகவும் சைவம் மற்றும் வைணவத்திற்கு எதிராகவும் பவுத்தம் சந்தித்த சில பிரச்சனைகளும் பவுத்தத்தின் கோவில்கள் அழிக்கப்பட்டது அல்லது மாற்றப்பட்டதும் தொடர்பான சில சான்றுகளைப் பார்ப்போம்:

கி.பி. 5 அல்லது 6ம் நூற்றாண்டிற்குப் பிறகு சமணம் செல்வாக்கு பெற, பவுத்தம் வீழ்ச்சி அடைய ஆரம்பித்தது. அப்பொழுது பல பவுத்தக் கோவில்கள் சமணக் கோவில்களாக மாறின. பவுத்த பிட்சுக்கள் வசித்த மலைக்குகைகள் சமணர்கள் வாழ்விடங்களாக

மாறின. சில இடங்களில் பவுத்தர்களுக்கும் சமணர்களுக்கும் இடையே எவரது சமயம் சிறந்தது என வாதப்போர் நடைபெற்றது. இதில் பெரும்பாலும் சமணர்களே வென்றனர். அதனைத் தொடர்ந்து பல நூற்றுக்கணக்கான பவுத்த பிட்சுக்கள் சிறீலங்கா உட்பட பல இடங்களுக்கு துரத்தப்பட்டனர் அல்லது இடம் பெயர வேண்டிய நிர்ப்பந்தம் ஏற்பட்டது.

சமணர்கள் மட்டுமல்ல; சைவ மற்றும் வைணவப் பிரிவினரும் வாதப்போரில் பவுத்தர்களைத் தோற்கடித்துத் துரத்தியுள்ளனர். சாத்தமங்கை போன்ற இடங்களில் சம்பந்தர் பவுத்தர்களை தோற்கடித்து அவர்களை சைவராக்கினார். மாணிக்கவாசகர் சிதம்பரத்தில் பவுத்தர்களை வாதத்தில் தோற்கடித்து அவர்களை சிறீலங்காவிற்கு துரத்தினார்.

இதில் நகைமுரண் என்னவெனில், பவுத்தம் இந்தியாவில் வீழ்ச்சி அடைந்தாலும் சிறீலங்கா, சீனா, தாய்லாந்து போன்ற இடங்களில் வளம் பெற்றது. ஆனால் சமணம் இந்தியாவில் வீழ்ச்சி அடைந்தபொழுது வேறு எந்த தேசத்திலும் அது வளரவில்லை.

இனி பௌத்தர்கள் கோவில் எப்படி அழிக்கப்பட்டன அல்லது மாற்றப்பட்டன என்பது பற்றிய சில வைவரங்களைப் பார்ப்போம்:

கும்பகோணம் நாகேசுவர்சாமி திருமஞ்சன வீதியில் உள்ள ஒரு விநாயகர் ஆலயத்தில் பகவரிஷி எனும் பெயருள்ள புத்தர் உருவம் உள்ளது. (ஆதாரம் Epi.Rep. p:116/192627/ மயிலை சீனி வெங்கடசாமி/ பவுத்தமும் தமிழும்/பக்:44) புத்தர் கோவில்கள் பல பிற்காலத்தில் விநாயகர் கோவில்களாக மாற்றப்பட்டன என அறிஞர்மயிலை சீனி வெங்கடசாமி குறிப்பிடுகிறார்.

தஞ்சை மாவட்டம் திருவலஞ்சுழி எனும் இடத்தில் உள்ள சிவன் கோவிலுக்கு வெளியே பெரிய புத்தர் சிலை உள்ளது. (S.I. Epi.Rep. 1928-29). மயிலை சீனி வெங்கடசாமி/பவுத்தமும் தமிழும்/பக்:44.) ஒரு காலத்தில் புத்தர் கோவிலாக இருந்தது பின்னர் சிவன் கோவிலாக மாறியுள்ளது என்பதை இது காட்டுகிறது. இதேபோல தஞ்சை மாவட்டம் பட்டிச்சரம் எனும் ஊரில் உள்ள கிராம தேவதை கோவிலில் புத்தர் சிலை உள்ளது. (தஞ்சை மாவட்டம் Ep rep. 1926-27 ப:58/மயிலை சீனி வெங்கடசாமி/பவுத்தமும் தமிழும்/ பக்:44)

நாகப்பட்டினம் ஒரு காலத்தில் பவுத்தத்தின் புன்ணிய நகரமாக இருந்துள்ளது.

"உற்றவர்க் குறுப்பறுத் தெரியின்க ணுய்த்தலை யன்ன
தீமை செய்வோர்க்கு மொத்த மனத்தாய்,

நற்றவர்க் கிடமாகின்றது நாகையே" என்று பவுத்தம் நாகையை போற்றியுள்ளது.

இத்தகைய நாகையிலிருந்து கி.பி. 8 அல்லது 9ம் நூற்றாண்டில் ஒரு புத்தர் கோவிலில் இருந்த முழுதும் தங்கத்தாலான புத்தர் சிலையை திருமங்கையாழ்வார் கவர்ந்து கொண்டு போய் அதனை உருக்கி, அதில் வந்த வருமானம் மூலம் சிரீரங்கம் கோவிலில் பல பணிகளை செய்தார் என குருபிரம்பரப் பிரபாவம் எனும் வைணவ நூலில் குறிப்பிடப்பட்டுள்ளது.

(மயிலை சீனி வெங்கடசாமி/பவுத்தமும் தமிழும்/பக்:4647).

நாகையில் "சீனா கோவில்" எனும் ஒரு புத்தர் கோவில் இருந்தது. 1867ம் ஆண்டு இந்தக் கோவிலின் கோபுரத்தை இடித்துவிட்டு ஒரு ஏசுவின் சபை எனும் கிறித்துவ கோவில் கட்டப்பட்டது. (Indian Antiquity vol vii p:224/ *மயிலை சீனி வெங்கடசாமி/பவுத்தமும் தமிழும்/பக்:48*)

நாகையில் "புத்தன் கோட்டம்" எனும் ஒரு அக்கிரகாரம் உள்ளது. ஒரு காலத்தில் புத்தர் கோவில் இருந்தது எனவும் அந்த இடத்தில் அக்கிரகாரம் உண்டானது எனவும் முனைவர். கு. கிருஷ்ணசாமி அய்யங்கார் அவர்கள் குறிப்பிட்டுள்ளார்.*(மயிலை சீனி வெங்கடசாமி/பவுத்தமும் தமிழும்/பக்:49)*

கி.பி. 640ல் காஞ்சிக்கு வந்த யுவான்சுவாங் அங்கு நூறு புத்தர் கோவில்கள் இருந்தன எனவும், ஆயிரம் புத்த பிட்சுக்கள் இருந்தனர் எனவும் குறிப்பிட்டுள்ளார். இந்த புத்தர் கோவில்கள் பலவும் பவுத்தத்தின் வீழ்ச்சிக்குப் பிறகு சமணக் கோவில்களாக மாறின. சமணத்தின் வீழ்ச்சிக்குப் பிறகு இவை சைவ அல்லது வைணவக்கோவில்களாக மாற்றப்பட்டன.

கி.பி. எட்டாம் நூற்றாண்டில் ஹிமசீதளன் எனும் பல்லவ அரசன் பவுத்தத்தை ஆதரித்தான். அகளங்கர் எனும் சமண அறிஞர் இந்த மன்னன் முன்னிலையில் பவுத்தர்களுடன் வாதம் செய்து தோற்கடித்தார். இதன் விளைவாக பவுத்தர்கள் சிறீலங்காவிற்கு துரத்தப்பட்டனர். மேலும் அரசன் ஹிமசீதளன் சமண மதத்திற்கு மாறினான். அந்தக் காலத்தில் மதம் மாறுவது எப்படி நடந்தது என்பதற்கு இது ஒரு உதாரணம்.

(மயிலை சீனி வெங்கடசாமி/பவுத்தமும் தமிழும்/பக்:5051.)

காஞ்சியில் உள்ள கச்சீஸ்வரர் கோவில் ஒரு காலத்தில் புத்தர் கோவிலாக இருந்தது எனக் குறிப்பிடுகிறார் தி.அ. அனந்தநாத நயினார்.*(திருக்குறள் ஆராய்ச்சியும் ஜைனசமய சித்தாந்தமும் பக்:*

126/1932). இதற்கு ஆதாரமாக கீழ்கண்ட விவரங்களை திரு நயினார் குறிப்பிடுகிறார்:

- கோவிலின் முன்கோபுரத்தின் அஸ்திவாரக் கட்டிடத்தில் புத்தர் உருவங்கள் இருந்தன.

- கோவிலின் உள்மண்டபத்து தூண்களிலும் புத்த உருவங்கள் இருந்தன.

- கோவிலுக்கு அருகில் உள்ள ஏரிக்கு "புத்தேரி" எனப் பெயர்.

- கோவில் உள்ள தெருக்கு "புத்தேரித் தெரு" எனப்பெயர்.

எனினும் பின்னர் சீனி வெங்கடசாமி அவர்கள் இந்த கோவிலுக்கு சென்று பார்த்த பொழுது, தூண்களில் மட்டுமே புத்தர் உருவங்கள் இருந்தன என்கிறார். (மயிலை சீனி வெங்கடசாமி/பவுத்தமும் தமிழும்/பக்:51.) ஒரு வேளை தற்பொழுது அனைத்து புத்தர் உருவங்களும் அழிக்கப்பட்டிருக்கலாம்.

அதே போல புத்தேரித் தெருவின் மேற்கு கோடியில் உள்ள கைலாசநாதர் கோவில் எனும் இராஜ சிம்மேச்சரமும் ஒரு காலத்தில் புத்தர் கோவிலாக இருந்துள்ளது.(மயிலை சீனி வெங்கடசாமி/ பவுத்தமும் தமிழும்/பக்:51.)

காஞ்சி ஏகாம்பரேஸ்வரர் கோவில் வெளிச் சுவரில் புத்தரின் உருவங்கள் உள்ளன. இந்தச் சுவர் 1509ம் ஆண்டில் விசயநகர மன்னன் கிருஷ்ணதேவராயரால் கட்டப்பட்டது. பழைய புத்தர் கோவில்களை இடித்து அவற்றைக்கொண்டு இந்த சுவர் கட்டப்பட்டுள்ளது என்பது தெளிவு.

காஞ்சியில் உள்ள காமாட்சி அம்மன் கோவில் ஆதியில் புத்தரின் தாராதேவி ஆலயமாக இருந்துள்ளது. இங்கு இருந்த 6 அடி உயர புத்தர் சிலை தற்பொழுது சென்னை அருங்காட்சியகத்தில் உள்ளது.

(மயிலை சீனி வெங்கடசாமி/பவுத்தமும் தமிழும்/பக்:52.)

பல்லாவரம் என்பதன் உண்மைப் பெயர் பல்லவபுரம் என்பதாகும். இங்கு இருந்த புத்தர் கோவிலை பின்னர் விநாயகர் கோவிலாக மாற்றியுள்ளனர். விநாயகர் கோவிலில் புத்தர் சிலை இருந்த கருங்கல் பீடம் அப்படியே உள்ளது என்கிறார் மயிலை சீனி வெங்கடசாமி.

மாங்காடு பகுதியில் இருந்த புத்தக் கோவிலை அழித்து விநாயகர் கோவிலையும் தர்மராஜர் கோவிலையும் மாற்றியுள்ளனர்.

கேரள மாநிலத்தில் உள்ள திருவாங்கூரில், திருச்சாணத்துமலை எனும் இடத்தில் உள்ள பகவதி அம்மன் கோவில் முற்காலத்தில்

பவுத்தக் கோவிலாகவும் பின்னர் சமண கோவிலாகவும் இருந்துள்ளது. பின்னர் பகவதி கோவிலாக மாறியுள்ளது. கேரளாவில் உள்ள பல சாத்தன் கோவில்கள் பவுத்தக்கோவில்களாக இருந்துள்ளன. பின்னர் அவை பகவதி அம்மன் கோவில்களாக மாறியுள்ளன. (மயிலை சீனி வெங்கடசாமி/பவுத்தமும் தமிழும்/பக்:66.)

கோவில்கள் மட்டுமின்றி பவுத்தர்களின் குகைகளும் இதே வழியில் பறிபோயின. பல மலைக் குகைகளில் புத்த பிட்சுக்கள் வாழ்ந்து வந்தனர். பவுத்தம் வீழ்ச்சி அடைந்து சமணம் செல்வாக்கு பெற்ற பொழுது, இத்தகைய குகைகள் சமண, துறவிகள் வாழும் இடங்களாக மாறின. பின்னர் சமணம் வீழ்ச்சி அடைந்த பொழுது இவை சைவ அல்லது வைணவக் கோவில்களாக மாறின. அவ்வாறு மாறியபொழுது, இவை பஞ்சபாண்டவர் குகைகளாக பெயர் பெற்றன. இவை பஞ்சபாண்டவர் வாழ்ந்த இடங்கள் என்று திரும்பத் திரும்பக் கூறப்பட்டு அவை மக்கள் நம்பவும் தலைப்பட்டனர். இவ்வாறு மாறிய சில குன்றுகள்:

அழகர் மலை(334/1908 Ep rep), கொங்கர் புளியங்குளம், கீழவளவு(5557 of 1910 Ep. Rep),முத்துப்பட்டி(மதுரை) Ep. Rep 76/1910), நாகமலை/மதுரை (ஏப். 192627.4.), திருப்பரங்குன்றம்(383 of 1908), சித்தர் மலை (Ep. Rp 1908 / 52) குன்னக்குடி, ஆனைமலை/ மதுரை என இப்பட்டியல் நீளமானது. (மயிலை சீனி வெங்கடசாமி/ பவுத்தமும் தமிழும்/பக்:6264.)

பவுத்தர்கள் மற்றும் சமணர்கள்மீது சைவத்திற்கும் வைணவத்திற்கும் எத்தகைய வெறுப்பு இருந்தது என்பது அதிர்ச்சி அளிக்கக்கூடியது. தொண்டரடி ஆழ்வார் கூறுகிறார்:"சமணர் மற்றும் சாக்கியர்(பவுத்தர்) தலையை ஆங்கே அறுப்பதே கருமம் கண்டாய் அரங்க மாநகர் உளனே"

சமணர் மற்றும் பவுத்தர் தலையைஅறுப்பதே தனது கடமை எனவும் அதற்கு அரங்கநாதர் அருள வேண்டும் எனவும் பாடியுள்ளார். எவ்வளவு வெறுப்பும் வன்மமும் இருந்தால் தலையை அறுக்க வேண்டும் எனப்பாடிடத் துணிவார்கள் என்பதை நாம் உணரலாம்.

மேலும், சமணர்களையும் பவுத்தர்களையும் எப்படி நிந்திக்கிறார்கள் என்பதை கீழ்கண்ட பாடல்களிலிருந்து அறியலாம்:

கார் அமண்
கலிங்கத் துவர் ஆடையர்
தேரர்
மண்டைத் தேரர்

பொய்யர் குணமிலிகள்
மாசு மெய்யர், குண்டர்
குண்டிகை கையர்களோடு
சாக்கியர் கூட்டமும்
தூஇலா அமணர்
ஏத்திலா அமணர்
கங்குலார் அமண்கையர்
துட்டர் ஆம் அமணர்
எக்கர் ஆம் அமணர்
எத்தர் ஆம் அமணர்
பொய்யர் ஆம் அமணர்
புத்தரோடு அமணை வாதில் அழிவிக்கும்
வெஞ்சின அவுணர்
ஏதில் சமண் சாக்கியர்
அறிவு இல் சமணும், அலர் சாக்கியரும்
புத்தர் கடத்துவர் மொய்த்து உறி புல்கிய கையர்

சாக்கியப் பட்டும் சமண் உரு ஆகி உடை ஒழிந்தும்

பாக்கியம் இன்றி இருதலைப் போகமும் பற்று விட்டார்

[1/116/10]

புத்தரும் சமணரும் புறன் உரைக்க   [3/4/10]

புத்தர் சமண் கழுக்கையர்
பெற்ற மாசு பிறக்கும் சமணரும்
உற்ற துவர் தோயுரு இலாளரும்
குற்ற நெறியார் கொள்ளார் [1/23/10]
புத்தரோடு பொறி இல் சமணும் புறம் கூற நெறி நில்லா   [1/1/10]
ஆதர் அமணொடு சாக்கியர் [3/125/10]

வெஞ்சொல் தம்சொல் ஆக்கி நின்ற வேடம் இலாச் சமணும்
தஞ்சம் இல்லாச் சாக்கியரும் தத்துவம் ஒன்று அறியார் [1/52/10]

உறிஞ்சு ஆய வாழ்க்கை அமண் உடைய போர்க்கும் இருஞ்
சாக்கியர்கள் [2/47/10]

கஞ்சி மண்டையர் கையில் உண்கையர்கள்
வெஞ்சொல் மிண்டர் விரவிலர் என்பரால் [3/49/10]
நாண் அற்றார் நள்ளாமே விள்ளப் பெற்றோம் [6/98/10]

சம்பந்தர் கீழ்கண்டவாறு பவுத்தர்களையும் சமணர்களையும்
சாடுகிரார்:

"புத்தரும் புந்தியில்லாத சமணரும்
பொய்ம்மொழியல்லாமல்

மெய்த்தவம் பேசிடமாட்டார்
வேடம்பலப் பலவற்றால்
சித்தரும் தேவருங்கூடிச்
செழுமலர் நல்லனகொண்டு
பக்தர்கள் தாம் பணிந்தேத்தும்
பாண்டிக்கொடு முடியாரே"

(திருநான சம்பந்தர் தேவாரம். திருபாண்டிக் கொடுமுடி 10ம் பாடல். திருப்பந்தாள் மடப்பதிப்பு 574ம் பக்கம்/திருவாரூர் தங்கராசு/சம்பந்தர் நாடகம்/பக்.22)

இன்னொரு கட்டத்தில்.சமபந்தர் பாடுகிறார்:

"பெண்ணகத் தெழிற் சாக்கியப் பேயமண்
பெண்ணர், கற்பழிக்கத் திருவுள்ளமே"

(பெரிய புராணம் இரண்டாம் காண்டம் சம்பந்த சுவாமிகள் வரலாறு: திருவண்ணாமலை ஆதினம், திரு. ஆறுமுகத்தம்பிரான் 1885ல் வெளியீடு.

பின்னர் 1950-ல் திருப்பனந்தாள் மடம் வெளியிட்ட தொகுதியில் "பெண்ணர்" என்பதை "தென்ணர்" என திருத்தப்பட்டுள்ளது/ திருவாரூர் தங்கராசு/சம்பந்தர் நாடகம்/பக்.140)

சமண மற்றும் பவுத்தப் பெண்கள் அனைவரையும் தான் மட்டுமே கற்பழித்து விடுவேன் என்கிறார். இவையெல்லாம் சைவ மதத்தினருக்கு பவுத்தத்தின் மேலும், சமணத்தின் மேலும் எவ்வளவு கட்டுக்கடங்காத வன்மமும், வெறுப்பும் இருந்தது என்பதை வெளிப்படுத்துகிறது.

இந்தியா முழுதும் பவுத்தம்மீது தாக்குதல்

தமிழகத்தில் மட்டுமல்ல; இன்று இந்தியா என அறியப்படும் அன்றைய பூகோளப் பகுதியின் பல இடங்களில் புத்தர் கோவில்கள் அழிக்கப்பட்டுள்ளன. குமரில பட்டர் "பவுத்தர்களிடமிருந்து அவர்களது தத்துவத்தை நான் கற்றேன். பிறகு அவர்களை கூண்டோடு ஒழித்துக்கட்டினேன்" என்கிறார். உஜ்ஜெயினியின் மன்னன் சுதன்வன் குமரில பட்டரின் ஆலோசனையின்படி பவுத்தர்களை தீர்த்துக்கட்டினான் என்கிறார் கனைலால் ஹாஸ்ரா. (The rise and decline of Buddhism in India) கடவுளின் கதை 2/ அருணன்.

முதலில் சமணனாக இருந்து பின்னர் சைவ மதத்திற்கு மாறிய பல்லவ மன்னன் மகேந்திரவர்மன் தனது "மத்தவிலாச பிரகசனா" எனும்

நூலில், புத்தரை மிகப்பெரிய திருடன் என்று அவதூறு செய்கிறான். சிறீகிருஷ்ணமிஸ்ரா யதி என்பவர் எழுதிய "பிரபோத சந்திரோதயம்" எனும் நூலில் பவுத்தர்களையும், சமணர்களையும் குடிகாரர்கள் எனவும் பெண்பித்தர்கள் எனவும் சித்திரிக்கப்படுகின்றனர். பாலா மன்னர்கள் புத்த மதத்தை ஆதரித்தனர். ஆனால் அவர்கள் சைவ மதத்தை எதிர்க்கவில்லை. அவர்களது மந்திரிகள் சைவர்களாக இருந்தனர். அவர்கள் புத்தர் கோவில்களை சைவக் கோவில்களாக மாற்றுவதை தமது கடமையாக எண்ணி செயல்பட்டனர். இதில் பல புத்தர் கோவில்கள் சைவக்கோவில்களாக மாறின. (கடவுளின் கதை 2/அருணன் பக்: 306)

பூரி ஜெகநாதர் கோவிலாக மாறிய புத்தர் கோவில்

அசோக மன்னன் புத்தமதத்தின் மிகப்பெரிய ஆதரவாளர் என்பது தெரிந்த ஒன்று! அசோக மன்னன் புத்த மதத்தை ஆதரித்தாலும், பிராமண மதத்தை வெறுக்கவில்லை. ஒரு அரசன் என்ற முறையில் அனைத்து சமயங்களையும் சமமாகவே நடத்தினான். ஆனால் அசோகருக்குப் பிறகு கி.மு. 180-ல் கடைசி மௌரிய அரசனை புஷ்யமித்தரன் எனும் பிராமணத் தளபதி கொன்று ஆட்சியைப் பிடிக்கிறான். அப்பொழுது புத்த மதத்திற்கு என்ன நடந்தது? புஷ்யமித்தரன் பொறுப்பேற்ற பிறகு, புத்த பிக்குகள் படுகொலை செய்யப்பட்டனர். புத்தமடங்கள் இடித்துத் தரைமட்டமாக்கப்பட்டன என்று திவ்யவதனம் எனும் பவுத்த நூல் கூறுகிறது:

ராதா குமுத் முகர்ஜியும் இதனை குறிப்பிடுகிறார்:

"சாகலாவை (பஞ்சாபின் சியல்கோட்) நோக்கி இவன்(புஷ்யமித்தரன்) முன்னேறிய பொழுது, புத்த மடங்களை அழித்தான். புத்த பிக்குகளைக் கொன்றான். ஒவ்வொரு புத்த பிக்குவின் தலைக்கும் நூறு தங்கக் காசுகள் பரிசு அறிவித்தான்."

RadhaKumudMukherji / History and culture of the Indian People- Vol-II- the age of imperial unity/ அருணன்/காலம்தோறும் பிராமணியம் தொகுப்பு 1 பக்: 116)

பூரி ஜெகநாதர் கோவில் ஒரு காலத்தில் புத்தர் கோவிலாக இருந்துள்ளது. இதனை விவேகானந்தரே கூறியுள்ளார். அது மட்டுமல்ல; விவேகானந்தர் மேலும் கூறுவதைக் கேளுங்கள்:

"........பூரி ஜெகநாதர் கோவில் ஒரு பழைய புத்தர் கோவிலாகும். அதனையும் அதனைப் போல பலவற்றையும் எடுத்து நாம்

இந்துமயமாக்கியுள்ளோம். இன்னும் இதைப்போல பலவற்றை நாம் செய்ய வேண்டியுள்ளது."

(ஆதாரம்: http://www.vivekananda.net/LecturesLecturesColomboAlmora/1 2.html).

புத்தர் கோவிலாக இருந்ததுதான் பின்னர் ஜெகநாதர் கோவிலாக மாற்றப்பட்டுள்ளது என்கிறார் விவேகானந்தர். அதுபோல பல புத்தர் கோவில்கள் இந்துக் கோவில்களாக மாற்றப்பட்டுள்ளதாகவும் கூறுகிறார். இன்னும் ஒரு படி மேலே போய் இதைப்போல இன்னும் பல புத்தர் அல்லது ஏனைய சமயங்களின் கோவில்களை இந்து கோவில்களாக மாற்ற வேண்டியுள்ளதாகவும் வேறு கூறுகிறார்.

புத்தர் கோவில்கள் இந்துக்கோவில்களாக மாற்றப்பட்டன என்பதற்கு விவேகானந்தர் வாக்குமூலத்தைவிட வேறு என்ன சான்று வேண்டும்?

சமணம் சந்தித்த தாக்குதல்கள்

சமண மதத்தை எப்படியும் அழித்தே திருவது என சைவமும் வைணவமும் கங்கணம் கட்டிச் செயல்பட்டன. அதற்காக அவர்கள் எத்தகைய மகாபாதகச் செயல்களையும் செய்யத் தயாராக இருந்தனர்.

அத்தகைய சில செயல்கள்:

சமண மற்றும் பௌத்தர்கள் தமிழ்மொழியை நன்கு கற்று தமிழ்மொழியிலேயே பிரச்சாரம் செய்தனர்.

தமிழ் மக்களுக்கு கல்வியும் மருத்துவமும் செய்து தொண்டாற்றினர். சமணப் பள்ளிகள் என்பவை கல்விச் சங்கங்களாகவும் இருந்தன. பள்ளிக்கூடம் என்ற வார்த்தை இதிலிருந்து வந்ததுதான்.

இம் மதம் தமிழகத்தில் பரவலாகப் பரவ பல்வேறு இடங்கள் சமண கோவில்களும் பௌத்த மடங்களும் வளர்ந்தன. அவர்களது காலத்தில் தமிழில் இலக்கிய இலக்கண நூல்கள் படைக்கப்பட்டன. திருக்குறள் திருவள்ளுவரால் இயற்றப்பட்டது. திருக்குறளில் சமண சமயத்தின் உயிர் கொல்லாமை, ஊண் உண்ணாமை வலியுறுத்தப்படுகிறது. தொல்காப்பியத்திலும் சமணக் கருத்துக்கள் உள்ளன.

ஐம்பெரும் காப்பியங்களான சிலப்பதிகாரம் சீவக சிந்தாமணி, வளையாபதி சமணராலும் மணிமேகலை, குண்டலகேசி பௌத்தராலும் இயற்றப் பட்டது. நாலடியார் சமணக் கருத்துள்ள அறநூலாகும்.

நீலகேசி என்னும் தத்துவநூல் சமணத்தை நிலைநாட்ட அமைக்கப்பட்டதாகும்.

சூளாமணி பெருங்கதை எனும் உதயணன் கதை சமன்களால் படைக்கப்பட்டதே.

நேமிநாதம், யாப்பிலக்கணம், யாப்பருங்கலக் காரிகை, நன்னூல் முதலிய தமிழ்மொழி இலக்கண நூல்கள் அவர்களால் படைக்கப்பட்டன.

இப்படிப்பட்ட சமண சமயம் கி.பி. 7ஆம் நூற்றாண்டு முதல் நலிவுறத் தொடங்கியது. வேத மதம் தமிழ் மொழியையும், பக்தி மார்க்கத்தையும் கையில் எடுத்தது. சமண மதத்தை எப்படியும் அழித்தே தீருவது என சைவமும் வைணவமும் கங்கணம் கட்டி செயல்பட்டன.. அதற்காக அவர்கள் எத்தகைய மகாபாதகச் செயல்களையும் செய்யத் தயாராக இருந்தனர். அத்தகைய சில செயல்கள்:

சமணர்களின் தீபாவளிப் பண்டிகை வைணவப் பண்டிகையாக மாறியது.

மதுரையை ஆண்ட மன்னன் கூன் பாண்டியன் எனும் நின்ற சீர் நெடுமாறனை அவரது பட்டத்தரசி மங்கையற்கரசி. அவரது அமைச்சர் குலச்சிறையார் தமிழ்ப் புலமை பெற்ற திருஞான சம்பந்தர் எனும் பிராமணரும் கூடிப் பேசி மன்னரை சமணத்திலிருந்து சைவ மதத்திற்கு மாற்றினர். மன்னன் தலைமையில் அனல்வாதம் புனல்வாதம் என, சமணப்புலவர்களை வாதுக்கழைத்து, வாதில் வெற்றிபெற்றால் சமணத் துறவிகள் எண்ணாயிரம் பேர் கழுவிலேற்ற வேண்டுமென நிபந்தனை விதித்து, அதன் படியே அவர்களைக் கழுவிலேற்றிக் கொன்றனர்.

பெரிய புராணம் எனும் நூலில் இச்செய்தியைப் பதிவு செய்துள்ளனர். இன்றும் சமணர்களைக் கழுவிலேற்றிக் கொன்றதை விழாவாக மதுரையில் கொண்டாடப்பட்டு வருகிறது.

தமிழகத்தின் பல பகுதிகளில் பல்வேறு பணிகளுக்காக மண்ணைத் தோண்டும்பொழுது, சமணர் வழிபட்ட உருவங்களும் புத்தர் சிலைகளும் கிடைத்து வருகின்றன. அவை தொல்லியல் துறை அலுவலகங்களில் ஒப்படைக்கப்பட்டு, அவ்வலுவலக வளாகங்களில் இன்றும் காட்சிப் பொருளாகவுள்ளன.

சமணப் பள்ளிகள் அழிக்கப்பட்ட ஆவணங்கள்

பாடலிபுத்திரம் என்ற பெயரில் மகத நாட்டில் உள்ளது போன்ற ஒரு நகரத்தை தமிழகத்திலும் சமணர்கள் அமைத்தார்கள். அங்கு சமணப் பள்ளி பாழி முதலானவை சிறப்பாக இருந்தன. அங்கு

சமணக் கல்வி பயின்று சமண மதத் தலைவராக தருமசேனர் என்பவர் இருந்தார். அவரது தமக்கை திலகவதி எனும் சைவ அடியாரால் சைவ மதத்திற்கு மாற்றப்பட்டு தருமசேனர் திருநாவுக்கரசர் ஆனார். அவரது முயற்சியால் குணபரன் என்ற மகேந்திர வர்ம பல்லவன் சமண சமயத்திலிருந்து சைவ மதத்திற்கு மாறினான். அம்மன்னன் பாடலிபுத்திரத்தில் விளங்கிய சமணப் பள்ளியை இடித்துக் கொணர்ந்து, திவதிகை எனும் ஊரில் குணபர வீசுவரம் எனும் சிவன் கோயிலை அமைத்தான். இந்த செய்தி சைவ நூலான பெரிய புராணத்தில் குறிக்கப்பட்டுள்ளது. (பாடலிபுத்திரம் என்பது, தற்போதைய கடலூருக்கு உட்பட்ட திருப்பாதிரிப்புலியூர்)

ஆதாரம்: 50 th Arcod District cazettear p 369]

இன்றைக்கும் இக்கோவிலின் வெளிப் பிரகாரத்தில் சமண தீர்த்தங்கரர் சிலை ஒன்று உள்ளது.

திருவாரூர்

இவ்வூரில் பண்டைக் காலத்தில் சுமார் ஆறாம் நூற்றாண்டில் சமணர் செல்வாக்குப் பெற்றிருந்தனர். அக்காலத்தில் இவ்வூர்த் திருக்குளம் மிகச் சிறியதாக இருந்தது.

அச்சிறு குளத்தைச் சூழ்ந்து சமணர்களின் பள்ளிகளும், மடங்களும் நிலங்களும் இருந்தன. இவ்வூரில் சைவருக்கும் சமணருக்கும் கலகம் உண்டாகி இங்கிருந்த சமணர்களை சைவர்கள் துரத்தினர். தண்டி அடிகள், நமிநந்தி அடிகள் எனும் சைவ நாயன்மார் காலத்தில் இக்கலகம் நிகழ்ந்ததாகப் பெரிய புராணம் (சைவ நூல்) கூறுகிறது.

சமணரை ஊரைவிட்டுத் துரத்திய பின்னர் அவர்களுடைய கட்டிடங்களையும் நிலங்களையும் அழித்துப் பறித்து அந்த சிறிய குளத்தை இப்போதுள்ள பெரிய குளமாக மாற்றுகின்றனர்.

இதனைப் பெரிய புராணம் இவ்வாறு கூறுகிறது.

அன்ன வண்ணம் ஆரூரில்
சமணர் கலக்கம் கண்டவர்தாம்
சொன்ன வண்ண மே அவரை
ஓடத் தொடர்ந்து துறந்ததற்பின்
பன்னும் பாழிப் பள்ளிகளும்
பறித்துப் குளஞ்சூழ் கரை படுத்து
மன்ன எவனும் மனமகிழ்ந்து
வந்து தொண்டர் அடி பணிந்தான்
திருத்தொண்டர் புராணம் - தண்டியடிகள், 27.

திருவோத்தூர்

இது முற்காலத்தில் சமணர் செல்வாக்குப் பெற்றிருந்த நகரம். திருஞான சம்பந்தர் இவ்வூருக்கு வந்த போது இங்கு சைவ சமணக் கலகம் ஏற்பட்டுச் சமணர் துரத்தப்பட்ட செய்தியை இவ்வூர் சிவன் கோவிலில் சிற்பமாக அமைக்கப்பட்டுள்ளது.

ஆதாரம்: North Arcott District manual page - 308

மதுரையில் சமணர்களின் பள்ளிகள் மற்றும் கோவில்கள் இடிக்கப்பட்டது குறித்து பெரியபுராணம் குறிப்பிடுகிறது:

"பூழியன் மதுரையுள்ளார் புறத்துளர் அமணர் சேரும்
பாழியும் அருகர்மேவும் பள்ளியும் ஆனவெல்லாம்
கீழுறப்பறித்து போக்கிக் கிளரொளித் தூய்மை செய்தே
வாழியப் பதிகளெல்லாம் மங்கலம் பொலியச்செய்தார்"

(பெரியபுராணம் சமபந்தர் வரலாறு 871ம் பாடல்)

மதுரையில் சமணர் பள்ளிகள், பாழிகள், விகாரங்கள், சைத்தியங்கள் அனைத்தையும் சைவ மதத்தினரும், மதம் மாறிய கூன்பாண்டியனின் ஊழியர்களும் ஒன்று சேர்ந்து உடைக்கின்றனர். சில இடங்களில் அஸ்திவாரத்தையே தோண்டி எடுத்துவிடுகின்னர். மகாவீரரின் சிலைகளை அகற்றிவிட்டு, சைவ மதத்தின் கடவுள் சிலைகளை நிறுவுகின்றனர்.

தமிழகம் மட்டுமல்லாது ஏனைய இடங்களிலும் இதேதான் நடந்துள்ளது.

ஆந்திராவில் பல மன்னர்களைத் தம் பக்கம் இழுத்துக்கொண்ட சைவம், பல சமணர்களைக் கொன்றது மட்டுமல்ல; பல சமணக் கோவில்களையும் சைவக்கோவில்களாக மாற்றியது அல்லது அழித்தது.

வரலாற்றாசிரியர் கே.சி.ஜெயின் கூறுகிறார்:

"காலச்சூரி மன்னன் அப்லூரரில், இருந்த சமண விக்கிரகத்தைத் தூக்கி எறிந்துவிட்டு சிவலிங்கத்தை பிரதிஷ்டை செய்தான்"

"சமணக்கோவில்களை இடித்து, அவற்றில் கொண்டவற்றை வைத்து விஷ்ணு மற்றும் சிவன் கோவில்கள் கட்டப்பட்டன"

"பத்மாவதி கோவில், மகாலட்சுமி கோவில், பார்சுவநாத கோவில் போன்ற சமணக்கோவில்கள் இந்துக்கோவில்களாக மாற்றப்பட்டன"

"சமணர்களுக்கு எதிரான தாக்குதல்கள் 16ம் நூற்றாண்டு வரை நடந்திருக்கிறது. ஒரு வீர சைவத் தலைவன் சுவேதாம்பர சமணர்களின் தலைகளை வாங்கியதைப் பெருமையோடு பகிர்கிற சிறீசைலம் ஆவணம் உள்ளது.

- கடவுளின் கதை 2 / அருணன் ப:357.

இவ்வாறாக பவுத்தத்தையும் சமணத்தையும் வீழ்த்திட சைவமும் வைணவமும் கங்கணம் கட்டிக்கொண்டு செயல்பட்டன. எங்கு மன்னர்கள் சைவத்திற்கு மாறினார்களோ அங்கு அரசு இயந்திரங்களும் சேர்ந்து பவுத்தத்தையும் சமணத்தையும் வேட்டையாடின. பவுத்த/ சமணக் கோவில்கள் ஏராளமானவை அழிக்கப்பட்டன அல்லது சைவ/வைணவக்கோவில்களாக மாறின.

சைவ/வைணவத்தை பின்னுக்குத் தள்ளி பவுத்தமும் சமணமும் வளர்ந்ததற்கு சில குறிப்பிட்ட காரணங்கள் இருந்தது போலவே பவுத்தம்/சமணம் வீழ்ச்சிக்கும் சில காரணங்கள் இருந்தன.சைவ/வைணவத்தின் தாக்குதல் ஒரு மிக முக்கிய காரணம் என்றாலும், வேறு சில அரசியல் பொருளாதாரக் காரணங்களும் இருந்தன. பவுத்தம்/சமணத்தின் குறிப்பாக சமணத்தின் கடுமையான வாழ்வு முறைகள் மக்களிடத்தில் காலப்போக்கில் ஆதரவை இழந்தது. மேலும் சமூகம் மேய்ச்சல்தொழிலிருந்து விவசாயத்திற்கு மாற ஆரம்பித்த காலம். சமணம் விவசாயத்தையும் எதிர்த்தது. விவசாயம் செய்வது என்பது இயற்கையில் உள்ள உயிரினங்கள் அழியும் என்பது இதற்கு காரணம். இயற்கையிலேயே இது மக்களிடமிருந்து சமணத்தை அந்நியப்படுத்தியது.

இது போன்ற பல காரணங்களால் பவுத்தம்/சமணம் வீழ்ச்சியை சந்தித்தன. எனினும் சைவம்/வைணவத்தின் தாக்குதல்கள் பவுத்தம்/ சமணம் மீது எல்லையற்று இருந்தன. பவுத்தம்/சமணம் சார்ந்த பல கோவில்கள் அழிக்கப்பட்டன அல்லது சைவம்/வைணவம் கோவில்களாக மாற்றப்பட்டன. இசுலாமிய மன்னர்கள் அழித்த கோவில்களுக்கு பழி தீர்க்க வேண்டும்எனக் கூப்பாடு போடும் சங்பரிவாரம் பவுத்தம்/சமணம் கோவில்கள் அழிக்கப்பட்டதற்கு பதில் கூறுமா? அக்கோவில்களைத் திருப்பிதர முடியுமா?

உலகின் மற்ற பகுதிகளில் வழிபாட்டுத்தலங்கள் அழிப்பு

வழிபாட்டுத்தலங்களை அழிப்பது என்பது இந்தியாவில் மட்டும் நடைபெற்ற ஒரு நிகழ்வாக சங்பரிவாரம் சித்தரிக்க முயல்கிறது. ஏனெனில் உலகின் மற்ற இடங்களில் வழிபாட்டுத்தலங்கள் அழிப்பது தொடர்பாக நடந்த நிகழ்வுகளை சங்பரிவாரம் மறந்தும் கூட பேசுவது இல்லை! அவ்வாறு பேசினாலும் இசுலாமியத் தீவிரவாதிகளின் செயல்கள் மட்டுமே கூறப்படுகிறது.

உலகின் பல்வேறு பகுதிகளில் போர்கள் நடந்த பொழுது பல மதங்களின் வழிபாட்டுத்தலங்கள் தாக்குதலுக்கு உள்ளாகியுள்ளன. 7ம் நூற்றாண்டில் அரேபியப் பகுதிகளில் இசுலாம் பரவி வந்தாலும் இசுலாமியர்கள் மற்றும் கிறித்துவர்கள் ஒற்றுமையாகவே வாழ்ந்து வந்தனர். அப்பொழுது பாக்தாத் மீது படையெடுத்த மங்கோலியர்கள் ஏராளமான மசூதிகளை அழித்தனர். மாதா கோவில்களைத் தாக்கவில்லை என்பது குறிப்பிடத்தக்கது.

கிறித்துவர்களுக்கு மிகவும் முக்கிய ஆன்மீக இடம் ஜெருசேலம் ஆகும். கி.பி. ஏழாம் நூற்றாண்டில் ஜெருசேலம் இசுலாமிய மன்னர்களால் கைப்பற்றப்பட்டது. தங்களது புனிதத்தலத்தை மீட்டிட கிறித்துவர்களை போருக்கு தயாராகுமாறு போப் அழைத்தார். 11ம் நூற்றாண்டில் ஆரம்பித்த இந்தப் போர்கள்தான் சிலுவைப் போர்கள் ஆகும். முதல் சிலுவைப்போர் 1096ம் ஆண்டில் தொடங்கியது. அதிகார பூர்வமாக 8 சிலுவைப் போர்கள் நடந்துள்ளன.

இப்போர்களில் ஜெருசலேம் நகரம் தனது வரலாற்றில் இரண்டுமுறை முற்றிலுமாக அழிக்கப்பட்டது. 23 முறை முற்றுகையிடப்பட்டது. 52 முறை தாக்குதலுக்கு உள்ளானது! 44 முறை மாறி மாறி கைப்பற்றப்பட்டது. கிறித்துவப் படைகள் வென்ற பொழுதெல்லாம் மசூதிகளும் யூதர்களின் வழிபாட்டுத்தலங்களும் அழிக்கப்பட்டன. இசுலாமியர்கள் வென்ற பொழுதெல்லாம் மாதா கோவில்கள் அழிக்கப்பட்டன. இந்த சிலுவைப்போர்களில் எவ்வளவு மசூதிகளும் மாதாகோவில்களும் யூதர்களின் கோவில்களும் அழிக்கப்பட்டன என்பதற்கு கணக்கு இல்லை! ஆனால் நூற்றுக்கணக்கான வழிபாட்டுத்தலங்கள் அழிந்தன என்பது மட்டும் உண்மை! இதில் குறிப்பிடத்தக்க அம்சம் என்னவெனில் கிறித்துவர்களுக்கு எதிராக இசுலாமியர்களும், யூதர்களும் ஒரணியில் இருந்ததுதான்!

16ம் நூற்றாண்டில் ஸ்பானியப் படைகள் இலத்தீன் அமெரிக்க நாடுகள் மீது படையெடுத்த பொழுது, உள்ளூர் மக்களின் அனைத்துக் கோவில்களும் அழிக்கப்பட்டன. அவை இருந்த இடத்தில் மாதா கோவில்கள் உருவாக்கப்பட்டன.

கிறித்துவத்திற்குள் கத்தோலிக்க, பிரிவுக்கும் புரட்டெஸ்டண்ட் பிரிவுக்கும் முரண்பாடு தோன்றிய பொழுது, பல ஆயிரக்கணக்கான சிலுவைகள் அழிக்கப்பட்டன. இரு பிரிவினரும் மாதா கோவில்களைத் தாக்கினர். அழிக்கவும் செய்தனர். இசுலாத்தின் சன்னி பிரிவுக்கும் ஷியா / சூஃபி பிரிவினருக்கும் இடையே எழுந்த முரண்பாடுகள் படுகொலைகளுக்கு இட்டுச் செல்வது மட்டுமல்ல;

வழிபாட்டுத்தலங்களை அழிப்பதிலும் முடிகிறது. கஜனி முகம்மது சோமநாதர் கோவிலை மட்டுமல்ல; பல நூற்றுக்கணக்கான ஷியா மசூதிகளையும் முல்தானில் அழித்தான் என்பதை மேலே குறிப்பிட்டோம். இந்த மோதல் இன்றளவும் நீடிக்கிறது.

எகிப்தில் ஆரம்பித்த அரேபிய வசந்தம் எனும் ஜனநாயகப் போராட்டம் அரேபிய நாடுகளில் வேகமாக பரவியது. பகரைனும் இதற்கு விதிவிலக்கு அல்ல! பகரைனின் விசேட அரசியல் அம்சம் என்னவெனில், அதன் ஆட்சியாளர்கள் சன்னி பிரிவு இசுலாமியர்கள். ஆனால் மக்களில் 75% பேர் ஷியா பிரிவு இசுலாமியர்கள். போராட்டத்தை ஒடுக்கிடும் வன்முறையின் ஒரு பகுதியாக பகரைன் அரசாங்கம் ஷியா பிரிவினரின் பல மசூதிகளை இடித்துத் தள்ளியது.

இப்படி உலகின் பல பகுதிகளில் வழிப்பாட்டுத்தலங்கள் தாக்குதலுக்கு உள்ளாகியுள்ளன. இது இந்தியாவில் மட்டும் நடைபெற்ற நிகழ்வுகள் அல்ல!

மேற்கண்ட வரலாற்று நிருபணங்கள் தெளிவுபடுத்துவது என்ன?

- கஜனிவாடி சுல்தான்கள் கி.பி. 10ம் நூற்றாண்டில் படை எடுத்து வந்தனர். அதற்கு முன்னரே போர்களில் கோவில்களை கொள்ளை அடிப்பதும் அவற்றை அழிப்பதும் என்பது நடைமுறையில் இருந்தது. இந்து மன்னர்களுக்கிடையே நடந்த போரிலும் கோவில்கள் அழிக்கப்பட்டன.

- கஜனிவாடி சுல்தான்கள் சன்னி பிரிவு இசுலாமியர்கள். கோவிலின் செல்வங்களை கொள்ளை அடிக்கவும் மத அடிப்படையிலும் பல கோவில்களை அழித்தனர்.

- கஜனிவாடிக்குப் பிறகு வந்த இசுலாமிய சுல்தான்களும் சரி! அவர்களுக்கு பின்னர் வந்த முகலாய மன்னர்களும் சரி! மதத்தின் பெயரால் கோவில்களை அழிக்கவில்லை!

- மத்திய காலத்தில் கோவில்கள் மன்னர்களின் ஆன்மிக அரசியல் சின்னமாக விளங்கின. கடவுள், கோவில், மன்னன், அரசனின் ஆளுகைக்கு உட்பட்ட நிலம் ஆகியவற்றிற்கிடையே ஒரு விதப் பிணைப்பு இருந்தது.

- போரில் வென்ற மன்னர்கள் தோற்ற மன்னர்களுக்குச் சொந்தமான கோவில்களை அழிப்பது என்பது போரின் நியதியாக இருந்தது. இதனை இந்து மன்னர்களும் செய்தனர். இசுலாமிய மன்னர்களும் செய்தனர்.

- மன்னர்களுக்குச் சொந்தமான கோவில்கள் தவிர மற்ற அனைத்துக் கோவில்களையும் இசுலாமிய மன்னர்கள் அழிக்கவில்லை! மாறாக பாதுகாத்தனர்.

- இந்து மன்னர்கள் மசூதிகளை அழித்த உதாரணங்கள் உண்டு. ஆனால் ஒப்பிடுகையில் அவை குறைவு!

- மசூதிகள் இசுலாமிய மன்னர்களின் அரசியல் அடையாளச் சின்னமாக இருக்கவில்லை. எனவே இந்து மன்னர்கள் மசூதிகளை இடிக்கவில்லை. மாறாக பாதுகாத்தனர். பல சமயங்களில் மசூதிகளை கட்டினர்.

- சுல்தான் மன்னர்களும் முகலாயர்களும் இசுலாமில் சுஃபி பிரிவை பின்பற்றினர். பொதுவாக சுஃபி பிரிவு இசுலாம் ஏனைய மதங்களை ஒதுக்குவது இல்லை! இதில் இந்திய சுல்தான் மன்னர்களும் முகலாயர்களும் கஜனிவாடி சுல்தான்களிடமிருந்து மாறுபட்டிருந்தனர்.

- பல இசுலாமிய மன்னர்களுக்கும் அவர்கள் ஆண்ட இந்துக்களுக்கும் நெருங்கிய உறவு இருந்தது. இந்து - இசுலாம் மதங்களிடையே முரண்பாடுகள் மட்டும் அல்ல; இணக்கமும் ஏராளமாக இருந்தது.

- பெர்சிய ஆவணங்கள் கோவில் இடிப்புகள்பற்றி மிகைப்படுத்திய பதிவுகளைக் கொண்டிருக்கின்றன.

- இந்த பெர்சிய ஆவணங்களை எவ்வித வரலாற்று ஆய்வுகளுக்கும் உட்படுத்தாமல் வெளியிட்டதில் ஆங்கிலேய வரலாற்றாசிரியர்களுக்கு ஒரு தீய நோக்கம் இருந்தது. அது இந்திய மக்களிடம் இசுலாமிய மன்னர்களுக்கு எதிராக மட்டுமின்றி, இசுலாமியர்கள் அனைவருக்கும் எதிராகவும் வெறுப்பு ஏற்படுத்திட வழிவகை செய்தது.

- இந்த தீய நோக்கத்திற்கு இந்துக்கள் மட்டுமல்ல; இசுலாமியர்களும் இரையாயினர்.

- சோமநாதர் கோவில் கஜனி முகம்மதுவால் கொள்ளை அடிக்கப்பட்டது. அப்பகுதியில் இது இந்து - இசுலாமிய பிரச்சனையாக இருந்தது. அத்தகைய காலகட்டத்தில் கூட மசூதி கட்டிட ஜைனர்களும், சைவர்களும் உதவினர். சோமநாத நகரைக் காத்திட இந்து மன்னர்களுக்கு ஆதரவாக இசுலாமிய மன்னர்களுக்கு எதிராக இசுலாமியர்கள் போரில் பங்கேற்று உயிர்த்தியாகம் செய்த சான்றுகளும் உள்ளன.

- வழிபாட்டுத்தலங்கள் அழிப்பு என்பது இந்தியாவில் மட்டுமல்லாது உலகின் பல பகுதிகளில் நடந்துள்ளன.

- கடந்தகால நிகழ்வுகளை அவற்றின் வரலாற்றுத் தொடர்ச்சியிலிருந்து ஆய்வு செய்வதே பொருத்தமானது.

- கடந்தகால நிகழ்வுகள், நிகழ்கால முரண்பாடுகளுக்கு மூலாதாரமாக அமையக்கூடாது.

மதச்சார்பின்மை முன் உள்ள சவாலும்!

வழிபாட்டுத்தலங்கள் மீது தாக்குதல் என்பது இந்திய வரலாற்றின் தொடர் நிகழ்வாக இருந்துள்ளது. பூர்வகுடி மக்களுக்கும் வழிபாட்டுத்தலங்கள் இருந்தன. வேதமதம் அல்லது பிராமணிய மதம் முன்னுக்கு வந்த பொழுது, பூர்வகுடி மக்களின் வழிபாட்டுத்தலங்கள் மாற்றப்பட்டன அல்லது அழிக்கப்பட்டன. பவுத்தமும் சமணமும் முன்னுக்கு வந்தபொழுது, பிராமணிய மதத்தின் வழிபாட்டு முறைகளான யாகங்கள் பின்னுக்குத் தள்ளப்பட்டன. (வேத மத காலத்தில் கோவில்கள் உருவாகவில்லை.) பவுத்தம் சமணத்திற்கு இடையேயும் முரண்பாடுகள் குறைவில்லாது இருந்தன. சமணம் குறிப்பாக தமிழகத்தில் பவுத்தக்கோவில்களை சமணக்கோவில்களாக மாற்றியது. பல புத்தபிக்குகள் வேறு நாடுகளுக்கு செல்ல வேண்டிய நிர்ப்பந்தம் ஏற்பட்டது அல்லது துரத்தப்பட்டனர். மீண்டும் சைவமும் வைணவமும் புத்துயிர் பெற்ற பொழுது, பவுத்தமும் சமணமும் பெரும் தாக்குதலுக்கு உள்ளாயின. ஒப்பீடுகையில் பவுத்தமும் சமணமும் சந்தித்த தாக்குதல்கள் கொடூரமானவை. ஏராளமான பவுத்த மற்றும் சமணக் கோவில்கள் மாற்றப்பட்டன; அல்லது அழிக்கப்பட்டன.

ஒருபுறம், தேய்ந்து கொண்டிருக்கும் பவுத்தம் மற்றும் சமணம்; மறுபுறம், புத்துயிர் பெற்ற சைவம் மற்றும் வைணவம்! இந்தப் பின்னணியில்தான் இசுலாம் உள்ளே நுழைகிறது. பவுத்தம், சமணம், சைவம், வைணவம், இசுலாம் ஆகிய ஐந்து மதப்பிரிவுகளும் தமது மேலாதிக்கத்திற்காக போட்டி போடும் பொழுது முரண்பாடுகளுக்கும் வன்முறைகளுக்கும் ஏது பஞ்சம்? போதாக்குறைக்கு இசுலாமும் சன்னி, ஷியா, இஸ்மாயிலி, சுஃபி என பல பிரிவுகளைக் கொண்டிருந்தது. இந்த போட்டியில் பின்னர் பிரிட்டிஷ் படையெடுப்பிற்குப் பிறகு கிறித்துவமும் இணைந்து கொண்டது.

இந்தியா எனும் தேசிய உணர்வு ஆரம்பத்திலிருந்தே இருக்கவில்லை. இந்த உணர்வு பிரிட்டிஷாரை எதிர்த்துப் போராடிய

மகத்தான இயக்கத்தில் உருவானது ஆகும். அதற்கு முன்பு இந்தியா பல மன்னர்களின் ஆட்சியாக பிரிந்து இருந்தது. இந்த தேசத்தினுள் ஏராளமானவர்கள் படையெடுத்து வந்தனர். ஆரியர்கள், குஷாணர்கள், துருக்கியர்கள், அரேபியர்கள், கிரேக்கர்கள், யூதர்கள், மங்கோலியர்கள், ஐரோப்பியர்கள் என இப்பட்டியல் நீளமானது. ஐரோப்பியர்கள் தவிர மற்றவர்கள் அனைவரும் இங்கேயே தங்கினர். இங்குள்ள பெண்களை மணந்தனர். இவர்கள் ஒவ்வொருவரும் ஒரு கலாச்சாரத்தை உருவாக்கினர்.

இந்தக் கலாச்சாரங்கள் அனைத்தும் இணைந்து ஒரே கலாச்சாரமாக மாறவில்லை. மாறாக, அனைத்துக் கலாச்சாரங்களும் நிலை பெற்றன; இன்னும் இருக்கின்றன. அந்நியர்கள் என்போரின் இந்த கலாச்சாரமும் இந்த மண்ணிலேயே இருந்த கலாச்சாரமும் ஒன்றுக்கொன்று மோதவும் செய்தன; உறவாடவும் செய்தன. எனவேதான் இந்தியக் கலாச்சாரம் பன்முகக் கலாச்சாரம் என்கிறோம். வரலாறு இந்தியாவிற்கு அளித்தது ஒருமுக கலாச்சாரம் இல்லை; மாறாக, வண்ணமயமான பன்முக கலாச்சாரம்தான் இந்தியாவின் உயிர்நாடியாக பரிணமித்துள்ளது.

இந்திய வரலாற்றில் மதங்களிடையே எவ்வளவு முரண்பாடுகள் இருந்தனவோ, அதைவிட கூடுதலாக ஒற்றுமையும் இருந்தது என்பதற்கு ஏராளமான சான்றுகளை வரலாறு பதிவு செய்துள்ளது. ஒரு நவீன தேசம் என்ற முறையில் எதை நாம் முன்னுக்குக் கொண்டு செல்ல வேண்டும் என்பதுதான் நம் முன் உள்ள கேள்வி! மத வேற்றுமைகளா அல்லது மத ஒற்றுமையா எது நமது பாதை? சங் பரிவாரம் மதவேற்றுமைகளை முன்வைத்து சிறுபான்மை மக்களுக்கு எதிராக பெரும்பான்மை இந்துக்களைஆட திரட்ட முனைகிறது. அதற்காக, கடந்த கால வரலாற்றில் உள்ள சாதகமான அம்சங்களை மறைத்துவிட்டு முரண்பாடுகளை மட்டும் மிகைப்படுத்தி முன்வைக்கிறது. அதில் ஒன்றுதான் கோவில் அழிப்பு என்பதாகும். ஒரு சில உண்மைகளை மையமாக வைத்து ஏராளமான பொய்களை அதில் அலங்கரித்து பொய்யான கருத்துகளை உருவாக்க முயல்கிறது.

இந்து மதம் இழந்த கோவில்கள் திருப்பித்தரப்பட வேண்டும் எனும் கோரிக்கை நியாயம் என வாதத்திற்காக வைத்துக்கொள்வோம்! அப்படியானால் இந்து மதம் பறித்த ஏராளமான பவுத்த மற்றும் சமணக்கோவில்களை அம்மதத்தினர் கோரினால் அதுவும் நியாயம்தானே! இக்கோரிக்கைகள் அமுலாவது என்பது சாத்தியம்தானா? மறுபுறத்தில், சிறுபான்மை மதவாதிகளும் கடந்தகால வரலாற்றின் சாதக அம்சங்களை முன்வைப்பது இல்லை.

உதாரணத்திற்கு, மதஒற்றுமைக்கு வலுவாக நின்ற அக்பர் அல்லது திப்புசுல்தான் பற்றி மறந்தும் அவர்கள் பேசுவது இல்லை.

வரலாற்றில் உருவான முரண்பாடுகளையும் அது அளித்த படிப்பினைகளையும் உள்வாங்கிக்கொள்வது மிக அவசியம். அதன் அடிப்படையில் வரலாற்றில் உள்ள ஒற்றுமை அம்சங்களை முன்னுக்கு கொண்டு செல்வதே இந்தியா எனும் நவீன தேசத்தை உருவாக்க உதவும். அதற்கு உண்மையான மதச்சார்பின்மையே இன்றையத்தேவை!

மதச்சார்பின்மை எனில் அரசியலும் மதமும் பிரிக்கப்பட வேண்டும் என்பதாகும். எந்த மதமும் அது பெரும்பான்மை அல்லது சிறுபான்மை எந்த மதமாக இருந்தாலும், அரசியலில் அது தனது மூக்கை நுழைக்கக்கூடாது. இந்த உண்மையான மதச்சார்பின்மைக் கோட்பாடை அமுலாக்குவதுதான் இன்றைய அவசியத்தேவை ஆகும்.

இந்தியாவில் சங் பரிவாரத்தின் இந்து மதவெறி தலை விரித்தாடுகிறது எனில், உலகின் மற்ற பகுதிகளில் ஏனைய பல்வேறு மதவெறிகள் தலைதூக்குகின்றன. மேற்காசியாவில் இசுலாமிய மதவெறியும், மியான்மார், சிறீலங்கா போன்ற இடங்களில் புத்த மதவெறியும் மக்களை கூறுபோடுகின்றன. மத்திய ஆப்பிரிக்க குடியரசு போன்ற சில இடங்களில் கிறித்துவ மதவெறியும் செயல்படுகிறது. அனைத்து இடங்களிலும் சாதாரண மக்கள் ஒற்றுமையுடனே வாழ விரும்புகின்றனர். ஆனால் மத வெறியர்கள் இந்த ஒற்றுமையை சீர்குலைத்திட முயல்கின்றனர். உலக அளவில் நிகழும் இத்தகைய செயல்கள் இந்தியாவிலும் தனது தாக்கத்தை உண்டாக்குகின்றன.

இந்தியாவின் பன்முகக் கலாச்சாரத்தை ஒருமுகக் கலாச்சாரமாக மாற்றிட கடுமையான முயற்சிகள் நடக்கின்றன. குறிப்பாக மோடி தலைமையிலான பா.ஜ.க. ஆட்சியில் இந்த முயற்சிகள் பன்மடங்கு அதிகமாகியுள்ளன. சங்பரிவாரத்தின் இத்தகைய செயல்கள் சிறுபான்மை மக்களிடையே பீதியை உண்டுபண்ணுகிறது. இந்த பீதியை முதலாக்கிகொண்டு, சிறுபான்மை மதவெறியும் தன்னை வலுப்படுத்திக்கொள்ள எத்தனிக்கிறது. பெரும்பான்மை மதவாதமும் சரி! சிறுபான்மை மதவாதமும் சரி! இந்தியாவின் பன்முகக் கலாச்சாரத்தை உதாசீனப்படுத்துகின்றன.

மோடியின் பா.ஜ.க. ஆட்சி இரட்டை அபாயமாக தோன்றியுள்ளது.ஒரு புறம் தாராளமயக் கொள்கைகளை அமுலாக்கும் மோடி அரசாங்கம் மறுபுறத்தில் பெரும்பான்மை மதவெறிக்குப் பாதுகாவலனாக நடந்துகொள்கிறது. இந்த இரட்டை

அபாயங்களையும் ஒரு சேர எதிர்த்து இயக்கம் உருவாக்க வேண்டிய அவசியம் ஏற்பட்டுள்ளது. சாதாரண இந்துக்களும், இசுலாமியர்களும் கிறித்துவர்களும் மற்றும் ஏனைய மதத்தவர் அனைவரும் ஒற்றுமையுடன் வாழவே விரும்புகின்றனர். ஆனால் மதவாத சக்திகள் இந்த ஒற்றுமையை சீர்குலைத்திட திட்டமிட்டு செயல்படுகின்றன.

மதச்சார்பின்மை தன் முன்னே உள்ள இந்தச் சவாலை எதிர்கொள்ள வேண்டியுள்ளது. மதவெறி சவாலை முறியடிக்க புதிய உத்திகளும் புதிய வடிவங்களும் தேவைப்படுகின்றன. அரசியல் தளத்தில் மட்டுமல்லாது, கலாச்சாரம் பண்பாடு என அனைத்துத் தளத்திலும் மதச்சார்பின்மை சக்திகள் செயல்படவேண்டிய அவசியம் உருவாகியுள்ளது. மதச்சார்பின்மைக்கான இயக்கத்தையும் தாராளமயக் கொள்கைகளுக்கு எதிரான இயக்கத்தையும் ஒன்றிணைத்து நடத்த வேண்டியுள்ளது. அத்தகைய இயக்கம்தான் தேசத்தின் பன்முகத்தன்மையையும் ஒற்றுமையையும் பாதுகாக்க முடியும்.

www.ingramcontent.com/pod-product-compliance
Lightning Source LLC
LaVergne TN
LVHW041731190726
843493LV00007B/2310